Sách dạy n　　
Nhật Bản đích thực

Khám phá hương vị Nhật Bản với 100 món ăn truyền thống

Dũng Thuận

© BẢN QUYỀN 2024 MỌI QUYỀN ĐƯỢC BẢO LƯU

Tài liệu này hướng đến việc cung cấp thông tin chính xác và đáng tin cậy liên quan đến chủ đề và vấn đề được đề cập. Ấn phẩm được bán với ý tưởng rằng nhà xuất bản không bắt buộc phải cung cấp dịch vụ kế toán, được cấp phép chính thức hoặc các dịch vụ đủ điều kiện khác. Nếu cần tư vấn, về mặt pháp lý hoặc chuyên môn, nên yêu cầu một cá nhân có kinh nghiệm trong nghề.

Không có cách nào là hợp pháp để sao chép, sao lưu hoặc truyền tải bất kỳ phần nào của tài liệu này dưới dạng điện tử hoặc định dạng in. Việc ghi lại ấn phẩm này bị nghiêm cấm và không được phép lưu trữ tài liệu này trừ khi có sự cho phép bằng văn bản từ nhà xuất bản. Mọi quyền được bảo lưu.

báo Tuyên bố miễn trừ trách nhiệm, thông tin trong cuốn sách này là đúng và đầy đủ theo hiểu biết tốt nhất của chúng tôi. Mọi khuyến nghị được đưa ra mà không có sự đảm bảo từ phía tác giả hoặc nhà xuất bản truyện. Tác giả và nhà xuất bản từ chối trách nhiệm và nghĩa vụ liên quan đến việc sử dụng thông tin này

Mục lục

GIỚI THIỆU..8
CÔNG THỨC ĂN NHẬT BẢN.......................................9
   1. Cà tím chiên giòn sốt đậu phộng..........................9
   2. Khoai tây miso với măng tây xanh......................12
   3. Dashi với rau giòn...14
   4. Mì soba với nấm chiên..17
   5. Nước dùng Dashi..19
   6. Đậu phụ non với cà rốt nhiều màu sắc................21
   7. Anko (bột đậu đỏ)...23
   8. Súp mì với cải ngựa..25
   9. Gừng ngâm chua...29
   10. Mì ramen với rau xào..31
   11. Tô sushi măng tây với cá hồi rau mùi................33
   12. Mì Chanterelle với mì konjac.............................36
   13. Súp miso đậu phụ với mì soba..........................38
   14. Gyoza..40
   15. Salad măng tây với thịt bò tataki.......................43
   16. Kem matcha..47
   17. Cà phê sữa matcha...49
   18. Bánh mì ramen..51
   19. Mì Ramen với thịt gà và bí ngô..........................54
   20. Mì Ramen với nấm, đậu phụ và kim chi............57

21. Mì Ramen với thịt ba chỉ và trứng...................59

22. Radicchio Fittata với surimi...................62

23. Cá hồi nướng sốt teriyaki...................64

24. Phi lê ức gà sốt...................66

25. Mì soba với đậu phụ mè...................68

26. Cuộn California với tôm...................71

27. Sushi nướng...................74

28. Maki sushi với cá ngừ và dưa chuột...................77

29. Cá hồi với trứng cá muối keta trên nấm enoki...............79

30. Đế trên chanh với lòng đỏ trứng...................81

MÓN CHÍNH...................83

31. Cá hồi núi cao ướp gia vị Nhật Bản...................83

32. Cá hồi núi cao ướp gia vị Nhật Bản...................85

33. Mì Udon Yaki với ức gà...................88

34. Thịt ba chỉ luộc...................90

35. Thịt bò và hành tây cuộn...................92

36. Yaki-Tori (Xiên gà nướng)...................94

37. Rau tempura với sốt mù tạt...................96

38. Sashimi...................98

39. Cá ngừ Maki...................100

40. Rau tempura...................102

41. Tôm chiên giòn...................104

42. Cơm gà sốt ớt...................106

43. Bánh bao...................108

44. Các biến thể của Sushi & Maki..................110
45. Gà sốt mè..................114
46. Thịt lợn quay Nhật Bản..................116
47. Bánh xèo Nhật Bản..................118
48. Ma-ki..................119
49. Thịt bò cuộn với cà rốt bi..................121
50. Mì Á với thịt bò..................123

CÔNG THỨC ĂN RAU..................125

51. Đĩa sashimi nhỏ..................125
52. Trứng cá muối Keta trên daikon xay nhuyễn..................127
53. Salad Koknozu với đậu gà..................129
54. Rau tempura..................131
55. Rau củ Maki..................133
56. Onigiri với bắp cải đỏ và đậu phụ hun khói..................135
57. Yaki-Tori (Xiên gà nướng)..................137
58. Các biến thể của Sushi & Maki..................139
59. Maki với cá ngừ, bơ và nấm hương..................143
60. Maki với cá hồi, dưa chuột và bơ..................146
61. Maki với tôm, dưa chuột và nấm hương..................148
62. Khoai tây chiên giòn bí ngòi Parmesan..................150
63. Mạng nhện Nhật Bản..................152
64. Sushi Maki với cá ngừ và dưa chuột..................154
65. Quả bơ Ura Makis..................156
66. canh chua ngọt..................158

67. Rau xào thịt..160

68. Cá ngừ với giá ớt..162

69. Tempura cá hồi và rau...............................164

70. Salad mì Nhật Bản....................................166

CÔNG THỨC NẤU SÚP...168

71. Súp miso với nấm hương..........................168

72. Súp miso chay..170

73. Súp mì với cải ngựa..................................172

74. Súp miso đậu phụ với mì soba..................176

75. Súp Nhật Bản..178

76. Súp mì nấm Nhật Bản...............................180

77. Salad mì Nhật Bản....................................182

78. canh chua ngọt...184

79. Súp rau Nhật Bản.....................................186

80. Súp rong biển Nhật Bản............................188

CÔNG THỨC CHẾ BIẾN THỊT...............................190

81. Thịt bò và hành tây cuộn...........................190

82. Gà sốt mè...192

83. Thịt lợn quay Nhật Bản..............................194

84. Thịt bò cuộn với cà rốt bi...........................196

85. Mì Á với thịt bò..198

86. Rau xào thịt..200

87. Thịt ba chỉ nướng Nhật Bản......................202

88. Sườn Nhật Bản...204

89. Mì soba với thịt gà..................................206

90. Mì ống với thịt bò và rau........................208

GIA CẦM..210

91. Mì Udon Yaki với ức gà.........................210

92. Cơm gà sốt ớt.......................................212

93. Gà tẩm bột bơ sữa cay..........................214

94. Đùi gà với cà chua................................216

95. Thịt gà phi lê sốt thơm..........................218

96. Mì soba với thịt gà................................221

97. Mì soba..223

98. Thịt ức vịt xào......................................225

99. Salad ức gà và măng tây xanh..............227

100. Thịt nướng...230

PHẦN KẾT LUẬN....................................232

GIỚI THIỆU

Ẩm thực Nhật Bản là một trong những nền ẩm thực lâu đời nhất thế giới, với lịch sử ẩm thực đa dạng và phong phú. Các công thức nấu ăn của Nhật Bản thay đổi tùy theo vùng, nhưng bạn có thể tìm thấy rất nhiều loại ngũ cốc, sản phẩm từ đậu nành, hải sản, trứng, rau, trái cây, hạt và các loại hạt trong đó. Do có nhiều hải sản và chịu ảnh hưởng của Phật giáo đối với xã hội, nên thịt gà, thịt bò, thịt cừu và thịt lợn được sử dụng rất hạn chế. Ẩm thực Nhật Bản cũng cực kỳ bổ dưỡng, lành mạnh và giàu năng lượng. Cho dù bạn đang tìm kiếm các món hấp, món hầm, món nướng, món chiên giòn hay món giấm, bạn sẽ tìm thấy nhiều lựa chọn.

CÔNG THỨC ĂN NHẬT BẢN

1. Cà tím chiên giòn sốt đậu phộng

thành phần

Nước xốt

- 2 quả ớt đỏ (nhỏ)
- 10 muỗng canh dầu đậu phộng
- 6 thìa tahini
- 2 muỗng canh nước tương nhạt
- 2 muỗng canh giấm rượu đỏ

Cà tím và bột chiên

- 8 quả cà tím (cà tím nhỏ, chắc, màu trắng tím, mỗi quả khoảng 80 g)
- 400 gram bột mì
- 4 muỗng canh dầu thực vật
- 2 muỗng canh bột nở tartar
- 600 ml nước có ga (lạnh đá)
- Dầu thực vật (để chiên ngập dầu)

Trang trí

- 2 cây hành lá
- 2 thìa cà phê hạt vừng (trắng)

sự chuẩn bị

Đối với nước sốt

1. Rửa sạch ớt, cắt đôi theo chiều dọc và bỏ hạt. Cắt ớt thành từng miếng, xay nhuyễn với dầu đậu phộng trong cối. Trộn đều dầu ớt, tahini, nước tương và giấm.

DÀNH CHO cà tím & bột nhão

2. Làm sạch cà tím, rửa sạch, để ráo và cắt thành bốn theo chiều dọc. Trộn bột mì, dầu, bột nở và nước khoáng bằng máy đánh trứng để tạo thành hỗn hợp bột tempura mịn.

3. Đun nóng dầu chiên ngập dầu trong một chiếc chảo lớn đến khoảng 160-180 độ. Tốt nhất là dùng nhíp hoặc nĩa (praline) để kéo các miếng cà tím qua lớp bột tempura và cẩn thận đổ chúng vào dầu nóng. Nướng từng phần ở lửa vừa trong khoảng 4 phút cho đến khi vàng nâu và giòn. Nhấc ra khỏi dầu bằng thìa có rãnh và để ráo trên giấy bếp trong thời gian ngắn.

Để trang trí

1. Làm sạch, rửa sạch, cắt đôi và cắt hành lá thành những dải rất mỏng. Cho vào nước lạnh cho đến khi sẵn sàng dùng.
2. Xếp cà tím chiên tempura với một ít nước sốt lên đĩa, rắc một ít hành lá và hạt vừng. Ăn ngay.

2. Khoai tây miso với măng tây xanh

thành phần

- 500 gram khoai tây (khoai tây ba củ)
- 400 ml dashi
- 100 gram nấm hương khô
- 4 thìa canh miso (hỗn hợp sệt)
- 500 gram đậu nành đông lạnh
- 10 nhánh măng tây xanh
- 2 bó củ cải
- Muối
- 2 thìa canh giấm gạo
- mè đen

sự chuẩn bị

1. Gọt vỏ, rửa sạch và cắt đôi khoai tây. Đun nóng dashi và nấm hương, để yên trong 10 phút. Lấy nấm hương ra khỏi nước dùng bằng thìa có rãnh, không sử dụng nữa. Cho khoai tây vào nước dùng và đun nhỏ lửa trong khoảng 10 phút. Thêm miso, khuấy đều và nấu thêm 10 phút nữa.

2. Trong khi đó, lột vỏ đậu nành từ vỏ. Rửa sạch măng tây, lột vỏ phần ba dưới cùng và cắt bỏ phần đầu gỗ. Cắt thân măng tây thành 4 phần bằng nhau. Làm sạch củ cải, loại bỏ lá non, rửa sạch củ cải và cắt đôi hoặc làm tư, tùy thuộc vào kích thước của chúng. Rửa sạch lá củ cải dưới vòi nước lạnh và để sang một bên.

3. Cho rau củ ngoại trừ củ cải vào nồi hấp. Đổ khoảng 1 cm nước vào nồi thích hợp và đun sôi. Cẩn thận đặt khay hấp vào nồi và hấp rau củ với nắp đậy kín trong khoảng 6 phút cho đến khi chín tới.

4. Lấy rau hấp ra khỏi nồi, cho vào bát, trộn với củ cải, muối và giấm gạo, nêm nếm cho vừa ăn. Ăn khoai tây luộc miso với rau hấp và lá củ cải. Rắc một ít mè đen lên trên và ăn.

3. Dashi với rau giòn

thành phần

Rau

- 1 củ cà rốt
- 6 nhánh bông cải xanh (bông cải xanh dại, khoảng 150 g; hoặc "Bimi", bông cải xanh có thân dài)
- 2 nhánh cần tây
- 100 gram nấm sò vua (cắt thành dải mỏng hoặc nấm hộp nâu)
- 1 cây hành lá
- 100 gram đậu que đường

- 20 gram gừng
- 150 gram củ sen (có bán dạng lát đông lạnh tại cửa hàng Châu Á)

Canh

- 1 lít dashi
- 100 ml rượu sake
- 50 ml Mirin (rượu gạo ngọt Nhật Bản)
- 2 muỗng canh nước tương nhạt
- 4 muỗng canh dầu gừng
- 4 nhánh rau mùi (để rắc)

sự chuẩn bị

Đối với rau

1. Gọt vỏ cà rốt và cắt thành dải mỏng. Rửa sạch bông cải xanh, cắt ngắn thân một chút. Làm sạch cần tây, bỏ chỉ, nếu cần, rửa sạch và cắt thành lát mỏng theo đường chéo. Nếu cần, cắt nấm sồi ra khỏi giá thể.
2. Làm sạch và rửa sạch hành lá, cũng cắt chéo thành từng khoanh. Làm sạch và rửa sạch đậu que, cắt đôi quả rất to theo một góc. Gọt vỏ gừng và cắt thành từng dải rất mỏng.

Cho nước dùng

1. Đun sôi nước dùng dashi và nêm với rượu sake, mirin, nước tương và dầu gừng. Đun nhỏ lửa các loại rau đã chuẩn bị và lát củ sen đông lạnh trong khoảng 8 phút cho đến khi giòn.
2. Rửa sạch và lau khô rau mùi, nhặt lá. Xếp dashi và rau vào bát, rắc lá rau mùi và dùng.

4. Mì soba với nấm chiên

thành phần

- 200 gram nấm hương (nhỏ, tươi)
- 1 quả ớt đỏ
- 1 muỗng canh nước tương nhạt
- 4 thìa cà phê siro gạo
- 6 muỗng canh dầu mè (rang)
- 200 gram nấm hồng
- 100 gram nấm enoki (một loại nấm thân dài; có bán tại các siêu thị có đủ hàng hoặc ở chợ)
- 400 gram soba (mì kiều mạch Nhật Bản)
- 1 lít dashi
- 4 nhánh rau mùi (hoặc húng quế Thái)

sự chuẩn bị

1. Làm sạch nấm hương và cắt bỏ phần cuống khô. Làm sạch ớt, rửa sạch và cắt thành từng khoanh mỏng (dùng găng tay nhà bếp). Trộn nước tương, xi-rô gạo, ớt và dầu mè rồi trộn với nấm hương. Ngâm trong khoảng 30 phút.
2. Trong khi đó, rửa sạch nấm và cắt thành lát mỏng. Cắt nấm enoki khỏi thân. Chuẩn bị mì soba theo hướng dẫn trên bao bì.
3. Cho nấm hương vào chảo và áp chảo trong khoảng 2 phút. Đun nóng nước dùng dashi.
4. Cho mì đã hoàn thành, nấm hương chiên, nấm sống và nấm enoki vào bát và đổ nước dùng dashi nóng lên trên. Rửa sạch rau mùi, vẩy khô và đặt lên trên mì ống. Ăn ngay.

5. Nước dùng Dashi

thành phần

- 4 dải lá tảo (tảo kombu, rong biển khô; mỗi dải có kích thước khoảng 2 x 10 cm; ví dụ như ở chợ thực phẩm hữu cơ hoặc cửa hàng Châu Á)
- 6 cây nấm hương khô (khoảng 15 g)

sự chuẩn bị

1. Cho tảo kombu và nấm hương vào nồi cùng 1 lít nước lạnh. Đun nước từ từ đến khoảng 60 độ (sử dụng nhiệt kế). Nhấc nồi ra khỏi bếp. Để nước dùng trong nồi đậy nắp trong 30 phút.

2. Đổ nước dùng qua rây mịn và sử dụng cho các công thức khác hoặc giữ chặt trong lọ có nắp vặn trong tủ lạnh. Nước dùng dashi có thể để được 3-4 ngày.

6. Đậu phụ non với cà rốt nhiều màu sắc

thành phần

- 1 thìa hạt mè đen
- 2 quả cam hữu cơ
- 4 thìa nước tương nhạt
- 2 thìa nước cốt chanh
- 2 thìa dầu gừng
- 5 muỗng canh mứt cam
- 800 gram cà rốt hữu cơ (vàng, đỏ tím)
- muối
- muỗng canh dầu mè (rang)
- 800 gram đậu phụ non
- 4 nhánh húng quế Thái

sự chuẩn bị

1. Chiên vừng đen trong chảo không có mỡ, sau đó vớt ra. Rửa sạch cam bằng nước nóng, thấm khô và bào vỏ mỏng. Cắt đôi quả cam và vắt lấy nước. Trộn vỏ cam và nước ép, nước tương, nước cốt chanh, dầu gừng và mứt cam và nêm nếm cho vừa ăn.
2. Rửa sạch và gọt vỏ cà rốt, thái thành từng thanh mỏng, đều. Đun sôi nước trong nồi, luộc cà rốt trong khoảng 2 phút sao cho vẫn giòn, sau đó vớt ra và cho vào nước đá. Vớt cà rốt ra, rắc chút muối và trộn với dầu mè.
3. Cắt đậu phụ thành từng miếng 3 x 4 cm, xếp và rưới nước sốt cam. Đặt các thanh cà rốt cạnh đậu phụ và rắc hạt mè. Rửa sạch húng quế Thái, thấm khô, nhổ lá và rắc lên cà rốt.

7. Anko (bột đậu đỏ)

thành phần

- 250 gram đậu adzuki
- 200 gram đường
- Nước

sự chuẩn bị

1. Đổ đậu adzuki vào bát nước và ngâm qua đêm.
2. Ngày hôm sau, đổ nước và cho đậu vào nồi. Đổ nước ngập và đun sôi một lần.
3. Sau đó, đổ nước và đổ nước mới vào đậu và nấu trong khoảng 60 phút cho đến khi mềm.

Việc rót nước ra đảm bảo rằng anko không có vị đắng sau này.
4. Đổ hết nước nấu và thu thập một ít nước. Khuấy đường vào đậu adzuki cho tan. Cuối cùng, xay nhuyễn đậu thành hỗn hợp sệt. Nếu hỗn hợp quá đặc, hãy khuấy một ít nước nấu.

8. Súp mì với cải ngựa

thành phần

- ½ thanh Allium (tỏi tây)
- 1 củ hành tây
- 2 tép tỏi
- 80 gram gừng (tươi)
- 2 thìa dầu
- 1 cái giò heo
- 1 kg cánh gà
- muối
- 2 miếng (tảo kombu; tảo khô; cửa hàng Châu Á)
- 30 gram nấm hương khô
- 1 bó hành lá

- 2 muỗng canh hạt vừng (nhẹ)
- 1 lá rong biển nori
- 6 quả trứng
- 300 gram mì ramen
- 50 gram miso (nhẹ)
- 2 muỗng canh Mirin (rượu trắng Nhật Bản)
- 65 gram cải ngựa
- Dầu mè (rang)

sự chuẩn bị

1. Làm sạch và rửa sạch tỏi tây, cắt thành từng miếng lớn. Lột vỏ hành tây và tỏi, cắt hành tây thành bốn phần. Rửa sạch 60 g gừng và cắt thành lát. Đun nóng dầu trong chảo. Rang tỏi tây, hành tây, tỏi và gừng trong đó ở nhiệt độ cao cho đến khi có màu nâu nhạt.

2. Cho rau xào cùng giò heo đã rửa sạch và cánh gà vào nồi lớn, đổ 3,5 lít nước. Đun sôi từ từ và ninh ở lửa nhỏ không đậy nắp trong khoảng 3 giờ. Vớt bọt nổi lên. Sau 2 giờ, nêm muối vào nước dùng.

3. Đổ nước dùng qua rây mịn vào một chiếc chảo khác (làm khoảng 2,5-3 l). Có thể làm loãng nước dùng một chút. Lau sạch rong biển kombu bằng khăn ẩm. Thêm nấm hương và tảo

kombu vào nước dùng nóng và để ngâm trong 30 phút.

4. Lấy giò heo ra khỏi da, mỡ và xương rồi cắt thành từng miếng vừa ăn. Không sử dụng cánh gà để nấu súp (xem mẹo).

5. Gọt vỏ gừng còn lại và thái thành từng dải mỏng. Làm sạch và rửa sạch hành lá, cắt thành từng khoanh mỏng và cho vào nước lạnh. Rang hạt mè trong chảo khô cho đến khi chúng có màu nâu nhạt. Cắt rong biển nori thành bốn phần, rang sơ trong chảo khô và cắt thành từng dải rất mỏng. Nhặt trứng, luộc trong nước sôi trong 6 phút, rửa sạch bằng nước lạnh, lột vỏ cẩn thận. Luộc mì trong nước sôi trong 3 phút, đổ vào rây, rửa sạch bằng nước lạnh trong chốc lát, sau đó để ráo.

6. Lấy nấm và rong biển ra khỏi nước dùng. Loại bỏ cuống nấm, thái nhỏ mũ nấm, không dùng rong biển nữa. Đun nóng nước dùng (không đun sôi). Khuấy đều với miso và mirin, thêm nấm hương thái nhỏ. Để ráo hành lá trong rây. Gọt vỏ cải ngựa.

7. Chia nước dùng vào bát. Cho giò heo, mì, trứng cắt đôi, hạt vừng, gừng, hành lá và rong

biển nori vào. Ăn kèm với nhiều cải ngựa tươi nạo và dầu vừng.

9. Gừng ngâm chua

thành phần

- 200 gram gừng
- 2 thìa muối
- 120 ml giấm gạo
- 2 thìa đường

sự chuẩn bị

1. Đầu tiên rửa sạch và gọt vỏ củ gừng. Sau đó cắt thành lát rất mỏng.
2. Trộn gừng thái lát với muối trong bát và ngâm trong khoảng một giờ. Sau đó thấm gừng bằng giấy nhà bếp.

3. Đun sôi giấm gạo và đường ở lửa vừa để đường tan. Sau đó cho thêm lát gừng vào và khuấy đều.
4. Đổ gừng với nước dùng nóng vào cốc thủy tinh vô trùng và đậy chặt. Gừng ngâm nên ngâm trong khoảng một tuần trước khi có thể sử dụng.

10. Mì ramen với rau xào

thành phần

- 200 gram cà rốt
- 200 gram súp lơ
- 200 gram bí ngồi
- 2 muỗng canh dầu ô liu
- muối
- 2 muỗng canh hạt hướng dương
- 10 nhánh hẹ
- 180 gram mì ramen (không có trứng)
- 1 ly ("Nước sốt Viva Aviv" cho rau củ từ Spice Nerds và BRIGITTE; 165 ml)
- Hạt tiêu (có thể xay tươi)

sự chuẩn bị

1. Làm nóng lò ở nhiệt độ 220 độ, lưu thông khí 200 độ, mức gas 5.
2. Rửa sạch cà rốt, súp lơ và bí ngòi, cắt thành từng miếng dài 2-3 cm. Trộn với dầu ô liu và $\frac{1}{2}$ thìa cà phê muối rồi đặt lên khay nướng có lót giấy nến. Nướng trong lò nóng khoảng 18-20 phút.
3. Rang hạt hướng dương trong chảo không có mỡ. Vớt ra. Rửa sạch và lau khô hẹ, cắt thành từng cuộn. Nấu mì ống theo hướng dẫn trên gói. Làm nóng nước sốt rau.
4. Vớt mì ra và cho vào đĩa cùng với rau củ nướng. Rưới nước sốt lên trên, rắc hẹ và hạt hướng dương. Nêm muối và hạt tiêu nếu cần.

11. Tô sushi măng tây với cá hồi rau mùi

thành phần

- 200 gram gạo basmati (hoặc gạo thơm)
- muối

nước xốt

- 2 muỗng canh (nước ép Yuzu, nước chanh Nhật Bản, xem thông tin sản phẩm, hoặc nước chanh)
- 3 muỗng canh nước tương
- 1 thìa cà phê dầu mè (rang)
- 1 muỗng canh nước mắm
- 3 muỗng canh ketjap manis
- ½ bó hẹ

- 90 gram nấm hương (nhỏ)
- 100 gram củ cải (nhỏ)
- 500 gram măng tây xanh
- ½ thìa hạt rau mùi
- 3 miếng phi lê cá hồi (mỗi miếng 100 g, sẵn sàng để nấu mà không cần da hoặc xương)
- Hạt tiêu (xay tươi)
- 2 thìa dầu
- 6 (Hoa hẹ)

sự chuẩn bị

1. Nấu cơm trong nước muối nhẹ theo hướng dẫn trên bao bì hoặc trong nồi cơm điện. Giữ cơm chín ấm.

Đối với nước sốt

2. Trộn đều nước ép yuzu, nước tương, dầu mè, nước mắm và ketjap manis.
3. Rửa sạch và lau khô hẹ, cắt thành từng cuộn. Làm sạch nấm, cắt ngắn thân nấm, cắt đôi nấm lớn. Làm sạch và rửa sạch củ cải, cắt củ cải lớn thành lát.
4. Rửa sạch măng tây, lột vỏ phần 1/3 dưới, cắt bỏ phần đầu. Luộc sơ măng tây trong nước muối sôi trong 3-4 phút. Vớt ra, cắt đôi theo chiều dọc những thanh dày.

5. Nghiền rau mùi trong cối. Nêm muối, hạt tiêu và rau mùi vào các miếng cá hồi. Đun nóng 1 thìa canh dầu trong chảo tráng. Chiên cá hồi trong chảo ở lửa lớn trong 2-3 phút mỗi mặt. Trong 2 phút cuối, thêm 1 thìa canh dầu, thêm nấm và chiên. Thêm 2 thìa canh nước sốt và đảo nhanh mọi thứ.
6. Xếp cơm, măng tây, củ cải, nấm và cá hồi vào bát. Rắc hẹ và một ít hoa hẹ xé nhỏ. Rưới phần nước sốt còn lại và dùng.

12. Mì Chanterelle với mì konjac

thành phần

- 250 gram nấm mỡ vàng
- 300 gram rau diếp xoăn radicchio
- 150 gram cây thì là (cây thì là baby)
- 30 gram hạt thông
- 1 củ hành tím
- 3 cây xạ hương
- 50 gram thịt xông khói
- Hạt tiêu (xay tươi)
- 200 sợi mì (mì konjak, xem thông tin sản phẩm)
- 2 muỗng canh nước tương nhạt
- 1 thìa canh giấm rượu gạo
- 100 gram phô mai burrata (hoặc mozzarella)

sự chuẩn bị

1. Làm sạch nấm mỡ. Làm sạch radicchio, rửa sạch lá, vắt khô và cắt thành từng dải. Làm sạch và rửa sạch thì là, cắt thành lát rất mỏng hoặc cắt thành lát và nêm muối. Đặt lá thì là sang một bên.

2. Rang hạt thông trong chảo không có mỡ cho đến khi vàng nâu. Thái hạt lựu hành tím và thái hạt lựu. Rửa sạch húng tây, thấm khô và tách lá khỏi thân.

3. Chiên chậm thịt xông khói trong chảo không có mỡ ở lửa vừa. Lấy các lát thịt xông khói ra khỏi chảo, để ráo trên giấy bếp và giữ ấm.

4. Chiên các khối hành tím trong mỡ nóng từ thịt xông khói, thêm nấm mỡ và húng tây vào và chiên nóng. Nêm muối và hạt tiêu.

5. Cho mì ống vào rây, rửa sạch bằng nước lạnh và chế biến theo hướng dẫn trên bao bì. Trộn mì ống đã ráo nước và dải radicchio với nước tương và giấm, cho nấm vào và dùng kèm với burrata và lát thịt xông khói. Rắc hạt thông, hạt tiêu xay tươi và lá thì là rồi dùng ngay.

13. Súp miso đậu phụ với mì soba

thành phần

- Soba (mì soba: mì spaghetti làm từ kiều mạch và lúa mì)
- 2 thìa dầu mè (rang)
- 1 muỗng canh hạt vừng
- 4 cây hành lá
- 2 quả dưa chuột nhỏ
- 100 gram lá rau bina
- 200 gram đậu phụ
- $1\frac{1}{4}$ lít nước dùng rau
- 1 miếng gừng (khoảng 20 g)
- 2 thìa cà phê (tảo wakame ăn liền)

- 2½ muỗng canh Shiro miso (bột miso mua ở chợ hữu cơ hoặc chợ Châu Á)
- Lá rau mùi (để trang trí)

sự chuẩn bị

1. Nấu mì soba theo hướng dẫn trên bao bì. Đổ vào rây, để ráo nước và trộn với dầu mè. Rang hạt mè trong chảo chống dính cho đến khi vàng nâu. Lấy ra khỏi bếp và để nguội.
2. Rửa sạch hành lá, cắt phần trắng và xanh nhạt thành khoanh mỏng. Rửa sạch dưa chuột, cắt thành thanh dài khoảng 3cm. Phân loại rau bina, rửa sạch, vẩy ráo, bỏ phần cọng thô. Thấm khô đậu phụ, cắt thành khối vuông 2cm.
3. Đun sôi nước dùng trong chảo. Gọt vỏ gừng và cắt thành lát, cho vào nước dùng có rong biển và đun nhỏ lửa trong khoảng 2 phút. Trộn hỗn hợp miso với 5 thìa canh nước cho đến khi mịn, cho vào nước dùng và đun sôi thêm 5 phút nữa. Sau đó cho đậu phụ, hành lá và dưa chuột vào súp và đun sôi.
4. Để phục vụ, rửa sạch rau mùi và vẩy khô. Trải mì soba và rau bina vào bát hoặc cốc và đổ nước dùng sôi lên trên. Rắc hạt vừng rang và lá rau mùi lên trên. Ăn ngay.

14. Gyoza

thành phần

Làm đầy

- 200 gram thịt lợn băm (tốt nhất là thịt lợn hữu cơ)
- 10 gram nấm hương khô
- 10 gram nấm khô (nấm Mu-Err)
- 50 gram cà rốt
- ½ củ hành tây đỏ
- 1 tép tỏi
- 7 thìa dầu

- 1 muỗng canh nước mắm (cửa hàng Châu Á hoặc siêu thị)
- muối
- Hạt tiêu (xay tươi)

Nước xốt

- 30 ml giấm gạo (đen)
- 50 ml nước tương
- 24 (bột làm gyoza đông lạnh, khoảng 120 g;)

sự chuẩn bị

Để làm đầy

1. Lấy thịt băm ra khỏi tủ lạnh khoảng 30 phút trước khi nấu. Ngâm cả hai loại nấm trong nước ấm trong khoảng 30 phút.

cho nước sốt

2. Trộn giấm gạo đen và nước tương rồi để riêng.
3. Rửa sạch, gọt vỏ và bào nhỏ cà rốt. Vớt nấm đã ngâm ra, vắt ráo nước và cắt bỏ cuống. Thái nhỏ mũ nấm. Bóc vỏ hành tây và tỏi rồi thái nhỏ.
4. Đun nóng 3 thìa canh dầu trong chảo chống dính, xào nấm, hành tây và tỏi trong 5 phút.

Sau đó để nguội. Nhào thịt băm với hỗn hợp nấm và cà rốt nạo và nêm nước mắm, một chút muối và hạt tiêu.

5. Rã đông lá gyoza. Chỉ lấy 1 miếng bột phồng từ chồng bánh và đặt khoảng 11/2 thìa cà phê nhân vào giữa. Quét một ít nước lạnh lên mép bột, gấp nửa dưới của bột lên nhân và bóp thành hình sóng ở một bên. Làm tương tự với phần nhân và lớp vỏ bánh còn lại, chỉ sử dụng 1 lớp tại một thời điểm để lớp bột mỏng không bị khô, chuẩn bị tổng cộng 24 chiếc gyoza.

6. Đun nóng 2-3 thìa canh dầu trong chảo chống dính lớn. Chiên khoảng 12 chiếc bánh bao với đường viền gấp nếp hướng lên trên trong 2 phút ở lửa lớn cho đến khi giòn. Sau đó, nấu, đậy nắp, ở lửa nhỏ đến vừa trong khoảng 4-5 phút.

7. Cẩn thận lấy bánh bao đã hoàn thành ra khỏi đáy chảo và giữ ấm. Làm tương tự với phần gyoza còn lại. Ăn gyoza cùng với nước sốt.

15. Salad măng tây với thịt bò tataki

thành phần

Tataki

- 400 gram thịt bò phi lê (tốt nhất là loại hữu cơ)
- 1 thìa cà phê dầu mè (rang)
- 3 muỗng canh nước tương
- 30 gram bơ đã làm trong

Trang phục

- 2 củ hành tím
- 200 ml nước dùng rau
- 5 muỗng canh nước cốt chanh
- 5 muỗng canh dầu (ví dụ dầu đậu phộng)
- 2 thìa dầu mè (rang)
- 1 thìa cà phê wasabi

- Hạt tiêu (xay tươi)
- 1 thìa siro gừng

Xa lát

- 1 kg ngọn măng tây (thân măng tây màu, có thể là măng tây xanh hoặc trắng)
- 100 gram nấm hương
- 100 gram nấm nâu
- muối
- 20 gram bơ
- 1 thìa đường
- 1 bó tên lửa
- 1 thìa hạt vừng

sự chuẩn bị

Cho Tataki

1. Thấm khô thịt bằng giấy bếp. Trộn dầu mè và nước tương rồi phết lên thịt. Bọc trong màng bọc thực phẩm và để trong tủ lạnh khoảng 2 giờ.
2. Lấy thịt ra khỏi giấy bạc và để yên và ủ ở nhiệt độ phòng trong 30 phút. Đun nóng bơ đã làm trong chảo và áp chảo thịt ở tất cả các mặt. Sau đó lấy thịt ra khỏi chảo, bọc trong giấy bạc và để nguội hoàn toàn. Sau đó

cắt thịt thành những lát rất mỏng và đặt lên trên salad để phục vụ.

Đối với trang phục

1. Lột vỏ và thái nhỏ hành tím. Đun sôi nước dùng và nấu các khối hành tím trong khoảng 1 phút. Khuấy đều nước cốt chanh, dầu đậu phộng và dầu mè, wasabi, hạt tiêu và xi-rô gừng. Nêm gia vị cho vừa ăn và để sang một bên.

Cho món salad

2. Rửa sạch đầu măng tây và cắt ngắn phần đuôi. Lột vỏ toàn bộ thân măng tây và cắt thành từng đoạn dài 2-3 cm. Loại bỏ thân nấm hương và cắt mũ nấm thành từng lát. Làm sạch nấm và cắt thành bốn hoặc tám phần, tùy thuộc vào kích thước của nấm.

3. Đun sôi nhiều nước, một ít muối, bơ và đường. Nấu măng tây trong nước trong 4-6 phút. Thêm nấm hương và nấu thêm một phút nữa. Khuấy 2-3 thìa canh nước măng tây vào nước sốt. Vớt măng tây và nấm hương ra, để ráo nước một lúc và trộn cẩn thận với nước sốt ấm. Ngâm trong khoảng 1 giờ.

4. Phân loại rau arugula, rửa sạch, vẩy khô và cho vào măng tây cùng với nấm. Nêm lại salad với muối và hạt tiêu. Xếp các lát thịt lên salad.
5. Rang hạt vừng trong chảo cho đến khi vàng nâu, vớt ra. Rắc một ít hạt tiêu lên trên salad và dùng.

16. Kem matcha

thành phần

- 2 muỗng canh matcha (bột trà matcha)
- 140 gram đường
- Lòng đỏ trứng hữu cơ thứ 4
- 200 ml sữa
- 200 gram kem tươi
- 200 gram quả việt quất
- Matcha (bột trà Matcha dùng để rắc)

sự chuẩn bị

1. Trộn bột matcha và 2 thìa canh đường. Đánh lòng đỏ trứng và phần đường còn lại bằng máy

đánh trứng cầm tay trong ít nhất 5 phút cho đến khi hỗn hợp nhẹ và mịn.

2. Đun nóng cẩn thận sữa trong chảo (khoảng 80 độ), sau đó thêm vài thìa sữa vào hỗn hợp bột trà mà không cần đun nóng thêm và khuấy đều để không thấy vón cục. Sau đó thêm bột trà vào phần sữa ấm còn lại và khuấy đều.

3. Thêm kem lòng đỏ trứng vào hỗn hợp sữa matcha, khuấy đều và để nguội. Đánh kem cho đến khi cứng và trộn vào.

4. Đổ hỗn hợp vào máy làm kem đang chạy và để đông trong 30 phút cho đến khi hỗn hợp mịn.

5. Nếu không có máy làm đá, hãy đổ kem vào khuôn kim loại và cho vào tủ đông.

6. Sau 30 phút khuấy đều hỗn hợp, đông lạnh lại và khuấy đều lại sau 1 giờ. Sau đó cho lại vào tủ đông ít nhất 2 giờ.

7. Phân loại quả việt quất, rửa sạch và để ráo trên khăn giấy. Tạo hình kem thành những viên tròn bằng muỗng múc kem và dùng kèm với quả việt quất.

8. Rắc một ít bột trà lên trên để thưởng thức.

17. Cà phê sữa matcha

thành phần

- 1 thìa cà phê matcha (bột trà matcha)
- 400 ml sữa (có thể thay thế bằng sữa đậu nành hoặc sữa hạnh nhân)
- Matcha (bột trà Matcha dùng để rắc)

sự chuẩn bị

1. Đổ bột matcha vào bát có 100 ml nước nóng và đánh cho đến khi nổi bọt bằng cây đánh trà tre (hoặc dùng cây đánh nhỏ).
2. Chia trà vào 2 cốc.

3. Đun nóng sữa (không đun sôi) và đánh bằng máy đánh bọt sữa cho đến khi hỗn hợp sánh mịn.
4. Từ từ đổ sữa vào trà. Rắc một ít bột matcha và dùng ngay matcha latte.

18. Bánh mì ramen

thành phần

- 500 gram cánh gà (tốt nhất là cánh gà hữu cơ)
- 800 gram thịt ba chỉ heo (tươi, tốt nhất là thịt hữu cơ)
- 80 gram gừng
- 4 tép tỏi
- 1 cây tỏi tây
- 500 gram cà rốt
- 100 ml nước tương
- 100 ml mirin (rượu gạo dùng để nấu ăn)
- muối

- 25 gram bơ (lạnh)

Kombu Dashi (Nấm tảo mềm)

- 1 miếng rong biển (rong biển kombu, rong biển khô, khoảng 8 g)
- 4 cây nấm hương khô (25 g)

sự chuẩn bị

1. Làm nóng lò ở nhiệt độ 220 độ, chế độ quạt ở 200 độ, mức gas 5.
2. Rửa sạch cánh gà, thấm khô và trải lên khay nướng. Nướng trên giá trên cùng trong lò nướng trong khoảng 30 phút cho đến khi vàng nâu. Cho thịt ba chỉ vào rây và đặt vào bát lớn hoặc bồn rửa. Đổ nước sôi lên thịt (để tránh nước dùng sau này bị đục).
3. Gọt vỏ gừng và cắt thành lát. Ép tỏi vào bề mặt làm việc và lột vỏ. Làm sạch tỏi tây, rửa sạch và cắt thành khối vuông nhỏ. Gọt vỏ cà rốt và thái hạt lựu.
4. Cho rau củ đã chuẩn bị, cánh gà nướng và thịt ba chỉ vào một chiếc chảo lớn hoặc chảo rang. Đổ 3-3,5 lít nước lạnh (đủ để ngập tất cả), nước tương và mirin và nêm 1 thìa cà phê muối. Đun sôi từ từ ở lửa vừa, sau đó đun nhỏ

lửa trong khoảng 3 giờ mà không đậy nắp. Vớt bọt nếu có bọt.

Đối với Kombu Dashi

1. Cắt đôi tảo kombu và ngâm trong nước nóng khoảng 10 phút. Ngâm nấm hương trong nước ấm trong thời gian ngắn.
2. Lấy kombu và shiitake ra khỏi nước. Đun nhỏ lửa trong một chiếc chảo nhỏ với 250 ml nước ở mức lửa nhỏ đến vừa trong khoảng 20 phút; không đun sôi sủi bọt, nếu không hương vị có thể trở nên chua.
3. Đổ nước dùng tảo qua rây mịn và để riêng (làm được khoảng 140 ml). Không tiếp tục sử dụng nấm hương và kombu.
4. Lấy thịt ba chỉ ra khỏi nước dùng thịt, có thể dùng để làm "mì ramen với thịt ba chỉ và trứng". Cũng lấy luôn cả cánh ra (xem mẹo). Đổ nước dùng qua rây có lót vải thưa.
5. Đun nóng lại nước dùng, thêm bơ và khuấy mạnh bằng máy đánh trứng. Sau đó đổ kombu dashi vào, nêm nếm vừa ăn và tiếp tục sử dụng.

19. Mì Ramen với thịt gà và bí ngô

thành phần

- 400 gram phi lê ức gà (tốt nhất là loại hữu cơ)
- muỗng canh nước tương (nước tương mè)
- thìa canh nước sốt ớt
- 3 muỗng canh hạt vừng
- ½ thìa cà phê muối
- 40 gram gừng
- 250 gram Hokkaido
- ½ bó rau mùi
- 1 ⅓ lít nước dùng (nước dùng ramen)

- 250 gram mì soba (làm từ kiều mạch hoặc mì ramen lúa mì)
- 3 muỗng canh miso (bột nhão nhẹ, 75 g)

sự chuẩn bị

1. Rửa sạch phi lê ức gà, thấm khô và xát 2 thìa nước sốt vào mỗi miếng. Đậy nắp và để nguội ở nhiệt độ phòng ít nhất 2 giờ, tốt nhất là qua đêm.
2. Rang vừng và muối trong chảo cho đến khi vàng nâu, vớt ra.
3. Gọt vỏ gừng và thái thành những dải rất mỏng. Rửa sạch và làm sạch bí ngô và cắt thành lát dày khoảng 1/2 cm. Nếu cần, hãy cắt đôi theo chiều ngang. Rửa sạch rau mùi, thấm khô và nhổ lá khỏi thân.
4. Đun sôi nước dùng và ninh thịt gà phi lê ở lửa nhỏ trong 15–20 phút. Lấy thịt ra khỏi nước dùng, đậy nắp và để yên trong giây lát.
5. Cho bí ngô và gừng vào nước dùng nóng, đậy nắp và nấu trong khoảng 7 phút. Dùng muôi có rãnh để vớt bí ngô và gừng ra và giữ ấm.
6. Luộc mì ống trong nước theo hướng dẫn trên bao bì, để ráo. Thêm miso vào nước dùng nóng và trộn nhanh bằng máy xay cầm tay. Cắt phi lê gà thành lát mỏng.

7. Cho 1-2 thìa canh của mỗi loại sốt gia vị vào 4 bát súp đã được làm nóng trước. Trải mì ống, thịt gà, bí ngô và gừng vào bát và đổ lên nước dùng miso nóng. Rắc muối mè và lá rau mùi lên trên và dùng. Nếu thích, bạn có thể nêm súp bằng hai loại sốt.

20. Mì Ramen với nấm, đậu phụ và kim chi

thành phần

- 300 gram đậu phụ (mềm)
- 6 muỗng canh nước tương (nước tương mè)
- 6 muỗng canh nước sốt ớt
- 1 bó hẹ
- 1 ⅓ lít nước dùng (nước dùng mì ramen)
- 100 gram nấm nâu (hoặc nấm hương)
- 250 gram mì ramen (hoặc mì udon dày, làm từ lúa mì)
- 100 gram rau (kim chi, rau muối Hàn Quốc)
- 1 muỗng canh hạt mè đen

sự chuẩn bị

1. Cắt đậu phụ thành khối vuông 2 cm, trộn với 2 thìa canh mỗi loại nước sốt và để yên trong ít nhất 10 phút. Rửa sạch hẹ, thấm khô và cắt thành từng đoạn dài 3-4 cm.

2. Đun sôi nước dùng. Làm sạch nấm, cắt ngang các mẩu nhỏ trên mũ nấm, cắt đôi hoặc cắt tư các mẩu lớn hơn. Thêm nấm vào nước dùng và đun nhỏ lửa ở mức lửa vừa trong khoảng 10 phút. Thêm đậu phụ vào nước dùng và đun nóng trong đó. Nấu mì ống theo hướng dẫn trên gói và để ráo.

3. Vớt kimchi ra, cắt thành từng miếng vừa ăn và chia vào 4 bát súp đã được làm nóng trước. Rưới 1 thìa canh nước sốt cay lên trên và rải mì vào bát.

4. Cũng rải nấm, đậu phụ và nước dùng vào bát. Ăn kèm với hẹ và hạt vừng. Nếu thích, bạn có thể nêm súp bằng hai loại nước sốt.

21. Mì Ramen với thịt ba chỉ và trứng

thành phần

- 4 quả trứng hữu cơ
- 9 muỗng canh nước tương (nước tương mè)
- 200 gram củ cải (trắng)
- 1 thìa bơ
- 3 muỗng canh vụn bánh mì (tươi hoặc panko, vụn bánh mì Nhật Bản)
- 1 nhúm muối
- 3 cây hành lá
- 800 gram thịt ba chỉ heo (lạnh, nấu chín)
- thìa canh nước sốt ớt
- 250 gram mì ramen

- 1 ⅓ lít nước dùng (nước dùng ramen)
- 1 thìa cà phê ớt (Togarashi, hỗn hợp ớt Nhật Bản hoặc nửa hỗn hợp ớt bột và mè đen)

sự chuẩn bị

1. Làm nóng lò ở nhiệt độ 200 độ, lưu thông khí 180 độ, mức gas 4.
2. Chọc thủng trứng và nấu trong nước khoảng 7 phút cho đến khi trứng chuyển sang màu sáp. Vớt ra, rửa sạch bằng nước lạnh và bóc vỏ. Đổ 3-4 thìa canh nước tương mè lên trứng và ngâm trong ít nhất 30 phút.
3. Gọt vỏ và bào thô củ cải. Đun nóng bơ trong chảo, nướng vụn bánh mì và rắc muối cho đến khi vàng nâu. Làm sạch và rửa sạch hành lá, cắt thành khoanh mỏng.
4. Bỏ da và có thể bỏ một ít mỡ khỏi thịt ba chỉ. Cắt thịt ba chỉ thành lát dày 1 cm, cho vào đĩa nướng, rưới 2-3 thìa canh nước tương, hạt vừng và 2 thìa canh nước sốt ớt. Cho vào lò nướng nóng trong khoảng 10 phút.
5. Nấu mì ramen theo hướng dẫn trên bao bì và để ráo nước. Đun sôi nước dùng ramen. Cắt đôi trứng.
6. Cho 1 thìa canh hạt mè và nước sốt ớt vào 4 bát súp đã được làm nóng trước. Trải mì ống

vào bát và đổ đầy nước dùng nóng. Trải thịt ba chỉ, nửa quả trứng, củ cải và hành lá lên trên. Rắc vụn bánh mì và có thể rắc togarashi rồi dùng ngay.

22. Radicchio Fittata với surimi

thành phần

- 1 củ hành tây đỏ (60g, thái hạt lựu)
- 1 tép tỏi (băm nhỏ)
- 2 thìa dầu ô liu
- 80 gram radicchio (thái lát mỏng)
- 2 quả trứng hữu cơ (cỡ M)
- 50 gram phô mai ít béo
- 1 muỗng canh phô mai parmesan (bào)
- muối
- Hạt tiêu (xay tươi)
- 20 gram nụ bạch hoa (mịn)
- 60 gram cà chua bi (cắt đôi)

- 3 miếng surimi (thanh, 50 g)
- Lá thảo mộc (có thể có một vài lá màu xanh)

sự chuẩn bị

1. Làm nóng lò ở nhiệt độ 180 độ, lưu thông khí 160 độ, mức gas 3.
2. Chiên hành tây và tỏi trong chảo chống dính với dầu ô liu. Thêm radicchio và nấu trong 2-3 phút.
3. Trộn trứng, quark, parmesan, muối và hạt tiêu với nhau. Đổ hỗn hợp trứng lên rau và khuấy đều trong chảo. Rắc nụ bạch hoa và để trứng nở ở lửa nhỏ trong khoảng 2-3 phút. Nướng frittata trong lò ở giá giữa trong 15-20 phút. Nếu cần, hãy bọc tay cầm chảo bằng giấy bạc.
4. Lấy frittata ra và dùng kèm với cà chua, surimi và có thể thêm một vài lá thảo mộc.

23. Cá hồi nướng sốt teriyaki

thành phần

- 4 miếng cá hồi bít tết (mỗi miếng khoảng 250g)
- 2 thìa đường
- 2 muỗng canh rượu sake (có thể dùng rượu vang trắng hoặc rượu sherry nhẹ)
- 2 muỗng canh rượu gạo (mirin)
- 4 muỗng canh nước tương (Nhật Bản)
- 1 gói cải xoong
- 1 miếng củ cải (khoảng 15 cm, trắng, nạo)
- Dầu để chiên)

sự chuẩn bị

1. Thấm khô miếng cá hồi và bỏ da và xương.
2. Đối với nước sốt teriyaki, khuấy đều đường, rượu sake, rượu gạo và nước tương cho đến khi đường tan (làm ấm một chút nếu cần).
3. Cho cá hồi vào nước sốt trong khoảng 10 phút và lật thường xuyên.
4. Chuẩn bị trên vỉ nướng: Để ráo cá và nướng trên vỉ nướng trong khoảng 3 phút cho mỗi mặt. Rưới phần nước ướp còn lại lên cá.
5. Chuẩn bị trong chảo: Đun nóng dầu và chiên cá trong khoảng 3 phút mỗi mặt. Đổ bớt dầu thừa, đun nóng phần nước ướp còn lại trong chảo và ngâm cá hồi trong nước sốt trong vài phút.
6. Xếp cá hồi với phần nước ướp còn lại vào bốn đĩa. Trang trí bằng cải xoong đã rửa sạch và củ cải nạo.

24. Phi lê ức gà sốt

thành phần

- 2 miếng phi lê ức gà (khoảng 400 g; lý tưởng nhất là loại hữu cơ)
- 1 miếng gừng (tươi, 2 cm)
- 1 tép tỏi
- 150 ml rượu gạo (ngọt, mirin; hoặc rượu sherry)
- 150 ml nước tương (Nhật Bản)
- 3 muỗng canh đường nâu
- muối
- 3 muỗng canh dầu mè
- 1½ muỗng canh đậu phộng (không muối)

sự chuẩn bị

1. Rửa sạch phi lê gà và thấm khô. Gọt vỏ và nạo gừng hoặc ép qua máy ép tỏi. Lột vỏ và đập dập tép tỏi. Trộn gừng và tỏi với rượu gạo, nước tương, đường, một nhúm muối và 1 thìa cà phê dầu mè.
2. Cho thịt vào bát nhỏ và phủ nước ướp. Đậy nắp và để trong tủ lạnh ít nhất 3 giờ, tốt nhất là qua đêm. Lật thịt một lần nếu cần.
3. Lấy ức gà ra khỏi nước ướp và để ráo. Đun nóng phần dầu còn lại trong chảo nhỏ và chiên phi lê trong 2-3 phút mỗi mặt. Để ráo dầu và thêm nước ướp vào thịt trong chảo.
4. Đun nhỏ lửa trong chảo đậy kín trong khoảng 20 phút. Mở nắp và để thịt sôi trong chảo mở thêm 5 phút nữa cho đến khi nước sốt sôi lại như xi-rô.
5. Thái phi lê và ăn kèm với cơm và rau. Băm nhỏ đậu phộng và rắc lên thịt. Rưới một ít nước sốt lên trên.

25. Mì soba với đậu phụ mè

thành phần

- 10 gram gừng (tươi)
- 4 muỗng canh nước tương (địa ngục)
- 300 gram đậu phụ
- 2 cây cải xoong daikon (khoảng 40 g; xem mẹo)
- 300 gram mì soba
- 1 hộp đậu
- 3 muỗng canh hạt vừng (địa ngục)
- 4 muỗng canh dầu đậu phộng
- 4 muỗng canh nước sốt đậu (đen, xem mẹo)
- Hạt tiêu (xay tươi)
- 1 quả chanh

sự chuẩn bị

1. Gọt vỏ gừng, thái hạt lựu và trộn với nước tương. Vớt đậu phụ ra, thấm khô và cắt thành 6 lát. Cắt đôi các lát theo đường chéo và ướp trong nước tương gừng trong 10 phút, lật một lần. Cắt cải xoong ra khỏi luống bằng kéo, rửa sạch và vắt khô.

2. Luộc mì soba trong nhiều nước sôi trong khoảng 3 phút, thỉnh thoảng khuấy, cho đến khi mì cứng lại khi cắn. Đổ vào rây và thu thập 100 ml nước luộc mì ống. Rửa sạch mì ống bằng nước lạnh và để ráo nước. Cho đậu đen vào rây, rửa sạch bằng nước lạnh và để ráo nước. Lấy các lát đậu phụ ra khỏi nước ướp, để ráo và cho hạt mè vào. Để riêng. Đun nóng 2 thìa canh dầu trong chảo chống dính lớn và chiên các lát đậu phụ ở cả hai mặt trên lửa vừa. Để riêng đậu phụ sang một bên và giữ ấm.

3. Đun nóng phần dầu còn lại trong chảo hoặc chảo chống dính lớn và chiên đậu trong lửa vừa. Thêm nước sốt đậu và đun nhỏ lửa trong 1 phút. Thêm mì ống và nấu thêm 1-2 phút nữa, khuấy đều, từ từ đổ nước luộc mì ống

vào. Hạt tiêu. Xếp mì ống, đậu phụ và cải xoong và ăn kèm với lát chanh.

26. Cuộn California với tôm

thành phần

- 250 gram cơm sushi
- 5 thìa canh giấm gạo
- 1 thìa đường
- 1 thìa muối
- 100 gram tôm đông lạnh (đã nấu chín, lột vỏ và bỏ chỉ)
- 1 quả bơ (chín)
- 4 miếng rong biển khô (nori)
- 1 thìa cà phê wasabi (bột cải ngựa Nhật Bản)
- 2½ muỗng canh mayonnaise
- 7 muỗng canh hạt vừng

sự chuẩn bị

1. Vo gạo trong rây cho đến khi nước trong. Đun sôi gạo và 300 ml nước, nấu trong 2 phút và đậy nắp bằng bếp điện đã tắt, ngâm trong khoảng 15 phút. Đun nóng giấm, đường và muối trong khi khuấy để đường tan.

2. Cho cơm đã nấu chín vào bát thủy tinh và đổ hỗn hợp giấm lên trên. Dùng thìa trộn trong khoảng 2 phút (lật đi lật lại) để hỗn hợp giấm được phân bổ đều và cơm nguội bớt. Đậy nắp cơm và để sang một bên.

3. Rã đông tôm, rửa sạch nếu cần, thấm khô và cắt đôi theo chiều dọc. Bỏ hạt và lột vỏ quả bơ, cắt thịt thành que dài khoảng 1 x 4 cm. Trải một tấm thảm tre để cuộn sushi trên bề mặt làm việc và làm ẩm nó thật kỹ. Làm ướt tay và trải đều 1/4 lượng cơm lên tấm thảm (dày khoảng 1/2 cm). Đặt 1 tấm rong biển lên trên (với mặt thô trên cơm). Trải mỏng một ít wasabi và mayonnaise. Ở giữa lá, xếp một "con đường" hẹp với những que bơ và tôm.

4. Cuộn chặt cơm bằng thảm từ một phía. Lăn từng cuộn trong chưa đầy 2 thìa canh hạt vừng, bọc trong màng bọc thực phẩm và để trong tủ lạnh. Tiếp tục theo cách này cho

đến khi hoàn thành cả 4 cuộn. Tháo giấy bạc ra và cắt mỗi cuộn thành 6 miếng bằng dao sắc. Tốt nhất là nhúng dao vào nước nóng trước để cơm không bị dính vào.

27. Sushi nướng

thành phần

- 100 gram bột tempura (từ cửa hàng Asia)
- 1 quả trứng
- 50 ml nước tương
- 50 ml Ketjap manis (nước tương ngọt Indonesia)
- 1 thìa đường
- 200 gram phi lê cá hồi (rất tươi; chất lượng sushi)
- 4 Hành lá
- 3 Nori (rong biển khô)
- 1 Công thức làm cơm sushi (xem mẹo)

- 1 thìa canh wasabi (bột cải ngựa xanh)
- ½ lít dầu (để chiên ngập dầu, trung tính)

sự chuẩn bị

1. Trộn bột tempura với trứng và 75 ml nước cho đến khi mịn và để sang một bên cho đến khi nở. Đun sôi nước tương, ketjap manis và đường và giảm xuống mức siro trong khoảng 4 phút. Để sang một bên.

2. Rửa sạch cá hồi bằng nước lạnh, thấm khô và cắt thành từng dải dày khoảng 5 mm. Làm sạch và rửa sạch hành lá và loại bỏ phần xanh đậm. Cắt hành lá thành từng dải dài. Cắt đôi lá rong biển.

3. Đặt một miếng màng bọc thực phẩm lên tấm thảm tre và một nửa tấm rong biển lên trên. Làm ướt tay bằng nước. Trải một ít cơm sushi cao khoảng 1 cm lên tấm rong biển. Để lại 1 cm ở phía trên. Không ấn cơm quá mạnh.

4. Trải một dải wasabi theo chiều dọc (cẩn thận, rất sắc!) Ở phần ba dưới cùng. Đặt cá hồi và hành lá lên trên. Sử dụng tấm tre, cuộn phần nhân bằng lá rong biển nori và quấn màng bọc thực phẩm quanh cuộn. Ấn cuộn vào đúng vị trí bằng tấm tre. Tạo hình phần nguyên liệu còn lại thành 5 cuộn khác như mô

tả. Cắt cuộn thành 4 phần bằng nhau bằng dao sắc nhúng nhiều lần vào nước lạnh.

5. Đun nóng dầu trong một chiếc chảo nhỏ, cao (nhiệt độ phù hợp nếu có bọt nhỏ hình thành trên cán thìa gỗ nhúng vào dầu nóng). Nhúng từng miếng sushi vào bột tempura, để ráo nước trong chốc lát và nướng ngay trong dầu nóng trong khoảng 2 phút cho đến khi vàng nâu. Để ráo nước trong chốc lát trên khăn giấy. Ăn sushi chiên với nước sốt đã nấu chín.

28. Maki sushi với cá ngừ và dưa chuột

thành phần

- 1 miếng dưa chuột (100 g)
- 100 gram cá ngừ (rất tươi)
- 3 Nori (rong biển khô)
- 1 Công thức làm cơm sushi (công thức cơ bản làm cơm sushi)
- 2 muỗng canh wasabi (bột cải ngựa xanh)

sự chuẩn bị

1. Gọt vỏ dưa chuột và cắt đôi theo chiều dọc. Loại bỏ hạt bằng thìa và cắt dưa chuột theo chiều dọc thành từng dải. Cắt cá ngừ thành

từng dải dày khoảng 5 mm. Cắt đôi các tấm rong biển.

Cuộn sushi:

2. Để làm điều này, đặt màng bọc thực phẩm lên một tấm thảm tre và một nửa tấm rong biển lên trên. Làm ẩm tay bằng nước. Trải một ít cơm sushi cao gần 1 cm trên tấm rong biển, để lại 1 cm ở trên cùng. Không ấn cơm quá mạnh. Đặt một dải wasabi mỏng vào phần ba dưới cùng của lá (hãy cẩn thận, nó rất nóng!). Đặt dưa chuột hoặc cá ngừ lên trên.

3. Dùng tấm tre, cẩn thận cuộn phần nhân bằng lá rong biển, quấn màng bọc thực phẩm quanh cuộn. Ấn cuộn vào đúng vị trí bằng tấm tre. Dùng tay ấn cuộn hơi phẳng ở một mặt dài, điều này sẽ giúp cuộn có hình giọt nước sau này.)

4. Làm thêm 5 cuộn như mô tả. Cắt cuộn thành 8 phần bằng nhau bằng dao sắc nhúng nhiều lần vào nước lạnh.

29. Cá hồi với trứng cá muối keta trên nấm

enoki

thành phần

- 200 gram phi lê cá hồi (rất tươi, không da)
- 100 gram nấm kim châm (cửa hàng Châu Á, hoặc nấm thái lát mỏng hoặc củ cải thái sợi)
- 100 gam keta
- 1 thìa canh wasabi (bột cải ngựa xanh cay)
- nước tương

sự chuẩn bị

1. Rửa sạch phi lê cá hồi, thấm khô và cắt thành lát. Cắt nấm enoki từ rễ thành từng chùm và đặt lên đĩa. Đặt cá lên trên nấm và rải trứng cá hồi lên trên. Rắc một nhúm wasabi lên mỗi miếng cá hồi. Ăn cá ướp lạnh với nước tương.

30. Đế trên chanh với lòng đỏ trứng

thành phần

- ½ quả chanh hữu cơ
- 150 gram phi lê cá bơn (rất tươi)
- 1 cây cải xoong củ cải đường (hoặc cải xoong vườn)

sự chuẩn bị

1. Luộc trứng chín trong 10 phút, rửa sạch bằng nước lạnh và bóc vỏ. Cẩn thận tách lòng đỏ trứng và lọc qua rây (nếu không thì dùng lòng trắng trứng).

2. Rửa sạch chanh bằng nước nóng, cắt đôi và cắt thành lát rất mỏng. Đặt các lát chanh lên đĩa. Rửa sạch cá trong nước lạnh, thấm khô và cắt thành lát mỏng. Xếp các lát chanh lên trên quả chanh. Cắt bỏ phần cải xoong khỏi luống. Đặt lòng đỏ trứng và cải xoong lên trên cá.

MÓN CHÍNH

31. Cá hồi núi cao ướp gia vị Nhật Bản

thành phần

- 1 miếng phi lê cá hồi núi cao (600-800g)
- 2 củ hành tím
- 15g gừng
- 15 g tỏi
- 1 quả ớt
- 15 hạt rau mùi
- 1 nhánh sả
- 1 quả chanh (chỉ lấy phần vỏ mỏng)

- 1 miếng lá chanh
- 75 gram đường
- 200 ml nước tương
- 15 g lá rau mùi (tươi)

sự chuẩn bị

1. Đối với cá hồi núi cao ướp gia vị Nhật Bản, băm nhỏ hành tím với gừng, tỏi và ớt rồi rang cùng với hạt rau mùi trong một ít dầu đậu phộng mà không làm hành tây chuyển màu. Thêm đường và để đường chuyển sang màu caramel. Khử mùi bằng nước tương.
2. Thêm sả với vỏ chanh và lá chanh và đun nhỏ lửa cho đến khi hỗn hợp hơi đặc lại. Để nguội và thêm lá rau mùi tươi cắt nhỏ.
3. Rửa sạch phi lê và cắt da sạch bằng dao sắc. Sau đó cắt ngang phi lê thành lát dày khoảng 3 mm. Đặt chúng lên khay nướng và đổ nước ướp lên trên.
4. Cá hồi núi cao ướp trong nước xốt Nhật Bản sẽ có hương vị thơm ngon nhất và độ đặc lý tưởng sau khoảng 3 giờ.

32. Cá hồi núi cao ướp gia vị Nhật Bản

thành phần

- 300-400 g cá hồi, cá ngừ, cá bơn và / hoặc cá tuyết
- một số thanh surimi (thanh cua)
- 1/2 quả bơ
- Nước chanh
- 1 quả dưa chuột (nhỏ)
- Củ cải (trắng và cà rốt)
- Gừng (ngâm chua, tùy khẩu vị)
- Đối với nước chấm:
- nước tương
- Rượu du lịch

sự chuẩn bị

1. Dùng dao sắc cắt phi lê cá - nếu cần thì lọc xương cẩn thận - thành từng miếng hoặc lát vừa ăn và để ở nơi thoáng mát. Gọt vỏ nửa quả bơ, cắt thịt thành từng dải và ướp ngay với một ít nước cốt chanh. Cũng cắt hoặc bào dưa chuột, củ cải và cà rốt đã gọt vỏ thành từng dải rất mỏng. Pha loãng nước tương với một ít rượu gạo và chia vào các bát nhỏ. Xếp các miếng cá và que surimi trang trí trên đĩa. Trang trí bằng các loại rau đã chuẩn bị và dùng kèm với nước tương và sốt wasabi. Khi ăn, khuấy nhiều hoặc ít sốt wasabi vào nước tương. Bây giờ, nhúng một miếng cá vào nước tương và thưởng thức cùng một ít rau.

33. Mì Udon Yaki với ức gà

thành phần

- 200 g yaki udon (mì sợi dày)
- 300g rau xào thập cẩm
- 200 g thịt ức gà phi lê
- 1 thìa cà phê dầu mè
- 4 muỗng canh dầu hướng dương
- 1/2 thìa cà phê tỏi ớt (tỏi trộn với ớt băm nhỏ)
- 1 miếng (2 cm) gừng tươi
- 2 muỗng canh nước tương
- 1 muỗng canh đường
- 1 thìa hạt vừng để trang trí

sự chuẩn bị

1. Đối với món yaki udon, đun sôi nhiều nước và luộc mì trong khoảng 5 phút. Lọc, rửa sạch bằng nước lạnh và để ráo.
2. Cắt thịt gà và rau đã rửa sạch thành từng dải rộng bằng ngón tay, thái nhỏ gừng.
3. Đun nóng chảo hoặc chảo nặng, đổ dầu mè và dầu hướng dương vào và đun nóng. Chiên các dải rau và thịt trong đó. Thêm tỏi ớt, đường, nước tương và gừng và chiên trong 3 phút. Thêm mì ống và chiên sơ qua.
4. Xếp mì yaki udon vào bát và rắc hạt mè lên trên trước khi dùng.

34. Thịt ba chỉ luộc

thành phần

- 550 g thịt ba chỉ heo (không xương, nhưng có lớp thịt đẹp)
- 1 miếng gừng (3 cm)
- 2 tép tỏi
- 1 củ hành tây
- 1000 ml nước (kalt)
- Củ cải bia (để trang trí theo ý muốn)

Đối với nước sốt:

- 100 ml nước tương
- 5 muỗng canh Mirin (hoặc rượu vang port)
- 1 miếng gừng (2 cm, thái nhỏ)
- 5 muỗng canh đường

- 1 EL dầu mè
- 3 muỗng canh dầu thực vật
- 50 ml Dashi Nhật Bản (hoặc 1/2 thìa cà phê bột Hondashi)

sự chuẩn bị

1. Đối với thịt ba chỉ đã nấu chín, trước tiên cho nước lạnh cùng gừng, tỏi, hành tây và thịt vào đun sôi. Sau đó ninh trong khoảng 1 giờ. Lọc nước và cắt thịt thành từng miếng vừa ăn.
2. Đối với nước sốt, trộn tất cả các thành phần trong một cái chảo. Thêm thịt và đun nhỏ lửa cho đến khi thịt có màu của nước tương và mềm đến mức có thể dễ dàng ăn bằng đũa. Dọn thịt ba chỉ đã nấu chín và trang trí bằng củ cải bia bào nếu bạn thích.

35. Thịt bò và hành tây cuộn

thành phần

- 4 lát thịt thăn bò (mỏng như bánh quế, hoặc thịt bò nướng hoặc thịt bò phi lê)
- 4 cây hành lá
- 1 thìa đường
- 2 thìa nước tương
- Gừng (tươi thái nhỏ)
- 1 thìa cà phê rượu sherry
- Dầu (để chiên)

sự chuẩn bị

1. Đối với món thịt bò và hành tây cuộn, trước tiên cắt hành lá theo chiều dọc thành từng dải. Đặt thịt lên trên, phủ hành lá lên trên và cuộn chặt lại.
2. Để làm nước ướp, trộn nước tương, đường, một ít gừng và rượu sherry.
3. Cho thịt vào ướp trong khoảng 30 phút.
4. Sau đó nhấc ra và chiên cuộn thịt bò và hành tây trên vỉ nướng hoặc trong chảo (với một ít dầu nóng) trong khoảng 3 phút cho đến khi vàng nâu cả hai mặt.

36. Yaki-Tori (Xiên gà nướng)

thành phần

- 400 g đùi gà đã được nới lỏng
- 2 thanh tỏi tây (mỏng)
- 200 ml súp gà
- 120 ml nước tương Nhật Bản
- 2 muỗng canh đường

sự chuẩn bị

1. Đối với món yaki tori, hãy ngâm tám xiên gỗ trong nước qua đêm.
2. Cắt thịt gà thành những khối vuông hoặc miếng nhỏ hơn (kích thước khoảng 2,5 cm).

Rửa sạch tỏi tây và cắt thành những miếng dài 3 cm.

3. Đun sôi súp gà với nước tương và đường trên lửa lớn. Bây giờ, lần lượt xếp từng miếng gà và tỏi tây vào từng xiên. Nhúng xiên vào nước sốt, để ráo và đặt lên vỉ nướng đã được làm nóng.

4. Nướng cho đến khi vàng nâu cả hai mặt. Trong khi đó, phết nước sốt lên xiên yakitori nhiều lần.

37. Rau tempura với sốt mù tạt

thành phần

- 1/2 quả ớt chuông (đỏ)
- 1/2 quả ớt chuông (vàng)
- 250 g bí ngồi (và cà tím thái lát)
- 180 ml nước đá
- 1 lòng trắng trứng
- 50 g bột gạo (hoặc bột ngô)
- 50 g bột mì
- muối
- Dầu (để chiên ngập dầu)

Đối với món mousseline Wasabi:

- 100g mayonnaise
- 1 thìa cà phê bột wasabi
- 1 muỗng canh kem đặc (đánh bông)

sự chuẩn bị

1. Cắt bí ngòi và cà tím thành lát vừa ăn và cắt ớt chuông bỏ hạt thành dải rộng 5 mm. Đối với bột tempura, khuấy nước đá với lòng trắng trứng, một nhúm muối, bột gạo và bột mì cho đến khi mịn. Đun nóng nhiều dầu trong chảo. Rắc một ít muối lên rau, nhúng vào bột, để ráo và chiên trong dầu nóng (khoảng 180 °C). Nhấc ra và để ráo trên giấy bếp. Trộn tất cả các nguyên liệu làm sốt wasabi. Xếp rau nướng vào bát hoặc đĩa sâu và dùng kèm với mousseline.

38. Sashimi

thành phần

- 85 g cá ngừ (mới làm)
- 85 g cá hồi (mới làm)
- 85 g phi lê cá vược (mới làm)
- Phi lê cá bơn 85 g (chất lượng nấu trong nồi)
- 40 g bột wasabikren
- 100 g gừng sushi (ngâm chua)
- 1 củ cải bia
- 4 lát chanh
- Nước tương (để chấm)

sự chuẩn bị

2. Gọt vỏ củ cải bia, cắt thành từng đoạn dài 10 cm và lần lượt cắt thành những dải rất mỏng. Rửa sạch trong nước lạnh và ngâm trong khoảng 10 phút. Sau đó lọc và để sang một bên.
3. Dùng dao sắc cắt phi lê cá đã lọc xương cẩn thận thành từng lát rộng khoảng 0,7 cm. Sau đó, cắt thành từng miếng hình chữ nhật rộng khoảng 2 cm và dài 3 cm.
4. Sau đó trang trí 4 đĩa hoặc đĩa sushi bằng củ cải bia, lát chanh, wasabi và gừng và bày 2 miếng cá phi lê (tổng cộng 8 lát cá) trên mỗi đĩa.
5. Ăn kèm với nước tương.

39. Cá ngừ Maki

thành phần

- 120 g cá ngừ (chất lượng sashimi)
- 2 lá rong biển nori
- 640 g cơm sushi đã nấu chín (xem công thức)
- 20 g bột wasabikren
- 100g gừng ngâm sushi
- Nước tương để chấm

sự chuẩn bị

1. Cắt cá ngừ bằng dao sắc thành các dải rộng 1,5 cm và dài khoảng 5 cm. Cẩn thận cắt đôi lá rong biển theo chiều ngang bằng kéo nhà bếp. Trải một tấm mành tre và đặt một nửa

lá rong biển lên trên. Phủ cơm sushi dày khoảng 0,5 cm, chừa lại 1 cm ở trên cùng. Từ phải sang trái ở giữa, phết một lớp wasabi mỏng bằng ngón tay và đặt một dải cá ngừ lên trên. Bắt đầu cuộn từ dưới cùng (nơi có cơm). Tạo hình tấm mành sao cho cuộn thành hình chữ nhật để các lá rong biển không bị vỡ. Ấn nhẹ cuộn tre. Lấy tấm tre ra và chuẩn bị các cuộn maki còn lại theo cách tương tự. Làm ẩm lưỡi dao trong nước lạnh và cắt cuộn thành sáu phần bằng nhau. Xếp maki lên đĩa hoặc đĩa đựng sushi và trang trí với wasabi và gừng. Ăn kèm với nước tương.

40. Rau tempura

thành phần

- Rau củ hỗn hợp (theo yêu cầu)
- muối
- Dầu thực vật

Đối với phần bột chiên tempura:

- 200 g bột mì thường
- 200 g bột khoai lang (hoặc bột khoai tây)
- 2 muỗng canh đường
- 1/2 muỗng canh muối
- 300 ml nước đá lạnh
- 4 lòng đỏ trứng

Đối với nước sốt:

- 5 muỗng canh nước tương
- 5 muỗng canh nước
- 2 muỗng canh xi-rô cây phong
- Một ít gừng thái nhỏ
- 1 nhánh hành lá cắt nhỏ

sự chuẩn bị

1. Cắt chéo rau củ đã rửa sạch thành lát dày khoảng 3 mm và rắc một ít muối. Đối với phần bột, rây cả hai loại bột mì với đường và muối. Để riêng khoảng một phần ba và lật các lát rau củ vào đó. Trộn đều nước đá lạnh với lòng đỏ trứng và khuấy đều phần bột còn lại thành hai mẻ. Đầu tiên, khuấy hỗn hợp cho đến khi mịn rồi khuấy bằng nĩa (không bao giờ dùng máy đánh trứng!), sao cho bột có độ sệt vừa phải. Đun nóng dầu trong chảo sâu. Kéo rau củ đã rắc bột qua bột và ngâm trong dầu nóng. Nướng cho đến khi vàng cả hai mặt. Nhấc ra và để ráo trên khăn giấy. Sắp xếp và phục vụ với nước sốt đã chuẩn bị. Đối với nước sốt, trộn nước tương với nước, xi-rô cây phong, gừng và hành lá thái hạt lựu.

41. Tôm chiên giòn

thành phần

- 250 g đuôi tôm (cỡ vừa, không vỏ)
- 180 ml nước đá
- 50 g bột gạo (hoặc bột ngô)
- 50 g bột mì
- muối
- Bột mì (để làm mịn)
- nước tương
- Bột wasabikren (và / hoặc nước sốt ớt làm món ăn kèm)
- Dầu (để chiên ngập dầu)

sự chuẩn bị

1. Đối với bột tempura, khuấy nước đá với trứng, muối, gạo và bột mì cho đến khi mịn. Cắt lưng tôm sao cho phần cuối cùng còn sót lại. Vết cắt tạo cho tôm hình con bướm đặc trưng khi chiên. Bỏ ruột. Đun nóng nhiều dầu trong chảo. Lật tôm trong bột mịn. Sau đó kéo từng con qua bột, để ráo bột và chiên trong mỡ nóng (180 ° C) cho đến khi có màu vàng nâu. Nhấc ra và để ráo trên giấy bếp. Ăn kèm với các loại nước sốt khác nhau để chấm.

42. Cơm gà sốt ớt

thành phần

- 8 cái đùi gà (nhỏ)
- 1 gói Chân gà giòn Knorr Basis
- 1 viên súp trong Knorr
- Hành trình 200 g Basmati
- 4 quả cà chua (nhỏ)
- 2 muỗng canh bột ớt bột
- 2 muỗng canh bột cà chua
- 1 quả ớt bột (đỏ)
- Ớt (để nêm)
- Rau mùi tây (tươi)

sự chuẩn bị

2. Đối với món cơm gà sốt ớt, hãy chế biến đùi gà theo công thức KNORR theo hướng dẫn trên bao bì.
3. Trong khi đó, rang gạo trong chảo mà không cần thêm mỡ. Làm mất mùi với lượng nước gấp ba lần và đun sôi với bột ớt bột, sốt cà chua và viên súp. Đun nhỏ lửa chảo cơm gà ớt cho đến khi gạo mềm.
4. Trong khi đó, cắt ớt chuông và cà chua thành miếng lớn và cho vào thịt gà. Trộn cơm đã nấu chín với chân giò và ăn kèm với rau mùi tây.

43. Bánh bao

thành phần

- 200g thịt băm
- 1/2 cây tỏi tây
- 3 lá bắp cải Trung Quốc
- 1 lát gừng (tươi)
- 1 tép tỏi
- 1 muỗng canh nước tương
- 1/2 thìa cà phê muối
- Hạt tiêu từ máy xay)
- 1 gói lá hoành thánh
- 1 thìa dầu mè
- 1/2 cốc nước

Đối với nước chấm:

- 1/2 cốc nước tương
- 1/2 cốc (s) du lịch
- 1 thìa tỏi (băm nhỏ)

sự chuẩn bị

1. Đối với Gyoza, đầu tiên, chần sơ lá bắp cải Trung Quốc, bóp chặt và cắt thành từng miếng nhỏ. Rửa sạch tỏi tây và cắt thành từng miếng nhỏ, giống như bắp cải Trung Quốc. Gọt vỏ và băm nhỏ gừng và tỏi. Trộn đều bắp cải Trung Quốc, tỏi tây, thịt băm, gừng, hạt tiêu, muối, tỏi và nước tương.
2. Đặt lớp bột bánh lên trên và cho một ít nhân vào giữa. Làm ẩm nhẹ mép bột bánh và ấn các mép lại với nhau để tạo thành hình trăng lưỡi liềm.
3. Đun nóng dầu trong chảo và chiên gyoza ở lửa vừa trong 2-3 phút cho đến khi mặt dưới có màu nâu vàng. Sau đó thêm nước và nấu trong chảo rán có nắp cho đến khi nước bốc hơi hết.
4. Đối với nước chấm, trộn nước tương với giấm gạo và tỏi. Xếp gyoza vào nước sốt và dùng.

44. Các biến thể của Sushi & Maki

thành phần

Đối với công thức nấu cơm cơ bản:

- 500g cơm sushi
- 2 muỗng canh giấm gạo
- 1 thìa đường
- 1 muỗng canh muối

Đối với món nigiri cá hồi cổ điển:

- Mù tạt
- Đối với món maki cá ngừ:
- Tấm rong biển Yaki nori
- Mù tạt

- cá ngừ

Đối với món California Roll:

- Mù tạt
- quả dưa chuột
- quả bơ
- con tôm
- Hạt vừng (rang)

Đối với món cuộn bằng tay với trứng cá:

- Tấm rong biển Yaki nori
- Mù tạt
- Trứng cá
- chanh vàng

sự chuẩn bị

1. Đối với các món sushi và maki, trước tiên hãy chuẩn bị cơm.
2. Đối với cơm sushi, rửa sạch gạo và để ráo trong 1 giờ, sau đó cho gạo vào cùng một lượng nước và nấu ở nhiệt độ cao. Sau đó đậy nắp và chuyển nhiệt độ trở lại mức trung bình.

3. Khi thấy mặt gạo trong nồi, chuyển về mức thấp nhất. Khi nước đã bốc hơi, đun lại trong 1 phút, sau đó lấy gạo ra khỏi bếp và để bốc hơi trong 15 phút với nắp đậy kín.
4. Trộn giấm gạo, đường và muối để làm nước ướp và trộn với gạo hạt dài vẫn còn ấm trong bát nướng. Để nguội một chút, nhưng không cho vào tủ lạnh, nếu không gạo sẽ bị cứng.
5. Đối với món nigiri cá hồi cổ điển, nặn những viên nhỏ từ cơm sushi bằng tay ướt và ấn xuống. Phết wasabi. Đặt một lát cá hồi lớn lên trên. Cảnh báo: không bao giờ làm sushi quá to để bạn có thể thưởng thức trong một lần cắn.
6. Đối với món maki cá ngừ, đặt tấm yaki nori lên tấm tre. Phủ một lớp mỏng gạo hạt dài. Phết một ít wasabi. Đặt một hàng dải cá ngừ mỏng lên trên. Cuộn lại bằng tấm tre và cắt cuộn thành từng lát để làm maki nhỏ.
7. Đối với California Roll, phủ một lớp màng bọc thực phẩm lên tấm tre. Đặt một lớp cơm mỏng lên trên. Phết wasabi. Đặt 1 dải dưa chuột, quả bơ và tôm vào giữa. Cuộn lại bằng tấm tre và lăn cuộn đã hoàn thành trong hạt mè rang. Cắt thành lát nhỏ.

8. Đối với món cuộn tay với trứng cá, đặt một thìa cơm lên một tấm yaki nori. Cuộn tấm cơm lại như một chiếc túi. Phết một ít wasabi lên cơm và nhồi trứng cá (cá hồi, cá hồi vân, v.v.). Trang trí bằng một miếng chanh nhỏ.

45. Gà sốt mè

nguyên liệu

- 1 kg đùi gà
- 50g gừng
- 1 tép tỏi
- 100 ml Mirin (rượu gạo ngọt; hoặc rượu sherry)
- 100 ml nước tương (Nhật Bản)
- 2 muỗng canh đường
- muối
- 2 muỗng canh dầu mè

sự chuẩn bị

1. Đối với món gà ướp vừng, bạn hãy rửa sạch chân gà, nếu mua chân gà nguyên con thì cắt đôi phần chân và cẳng chân.
2. Gọt vỏ gừng và nạo nhỏ. Bóc vỏ và nghiền tỏi. Khuấy 1 1/2 thìa cà phê gừng và tỏi với đường, nước tương, mirin, một nhúm muối và vài giọt dầu mè. Cho thịt vào nước ướp sao cho phủ đều tất cả các mặt. Đậy nắp và để trong tủ lạnh ít nhất 3 giờ, tốt nhất là để qua đêm.
3. Lấy thịt ra khỏi nước ướp và để ráo nước. Chiên vàng cả hai mặt trong dầu nóng. Đổ dầu ra và đổ nước ướp lên thịt. Đun nhỏ lửa trong chảo rán kín ở nhiệt độ thấp trong 20 phút.
4. Chiên thịt trong chảo rán hở thêm 5 phút nữa, cho đến khi nước sốt sánh lại. Thịt gà với hạt vừng sau đó ăn kèm với một bát cơm là ngon nhất.

46. Thịt lợn quay Nhật Bản

thành phần

- 600 g thịt lợn (vai hoặc đùi)
- muối
- Hạt caraway
- 50 g chất béo
- 10 gram bột mì
- 1 củ hành tây (thái lát)
- 50 g cần tây (thái lát)
- 1 muỗng canh mù tạt
- Nước

sự chuẩn bị

1. Đối với thịt lợn quay kiểu Nhật, hãy chiên hành tây và cần tây trong mỡ nóng. Xát thịt bằng hạt caraway và muối, đặt lên rau và chiên cả hai.
2. Đổ nước vào sau 1/2 giờ. Một lát sau thêm mù tạt. Cuối cùng rắc nước lên, đun sôi và lọc. Phục vụ thịt lợn nướng Nhật Bản.

47. Bánh xèo Nhật Bản

thành phần

- 300 g bột mì
- 200 ml nước
- 2 quả trứng
- 1 cây bắp cải trắng
- 10 lát thịt xông khói
- 10 lát thịt gà tây
- 5 nấm

sự chuẩn bị

1. Đối với okonomiyaki, trộn các nguyên liệu lại với nhau và chiên cả hai mặt trong chảo. Trang trí bằng nước sốt okonomi và katsubushi (vảy cá khô) và sốt mayonnaise Nhật Bản, nếu có.

48. Ma-ki

thành phần

- 4 lá rong biển nori
- 1 cốc cơm sushi (hạt tròn)
- 1 quả bơ
- ½ quả dưa chuột
- 1 củ cà rốt
- 50 g cá hồi
- 2 thanh surimi
- 1 thìa cà phê wasabi
- 2 muỗng canh giấm gạo
- đường
- nước tương

sự chuẩn bị

1. Đối với maki, rửa sạch cơm sushi trong rây lọc bằng nước lạnh cho đến khi nước trong. Điều này rất quan trọng để loại bỏ tinh bột và cơm, vốn rất dính, không bị dính quá nhiều.
2. Chuẩn bị cơm theo hướng dẫn trên bao bì, nêm giấm gạo, muối biển và một ít đường. Cho cơm vào bát lớn và chia đều để cơm nguội nhanh hơn.
3. Cắt rau củ và cá hồi đã rửa sạch thành từng dải. Đặt một tấm rong biển lên tấm chiếu tre và trải mỏng cơm sushi đã hoàn thành lên đến mép trên, khoảng 2 cm. Sẽ ngon hơn khi tay bạn ướt.
4. Phết một ít bột wasabi lên trên cơm. Trộn rau, cá hồi hoặc surimi tùy thích, chia vào giữa cơm. Sau đó cuộn lại bằng tấm tre. Dán keo phần cuối của tấm rong biển bằng nước. Làm lạnh maki đã hoàn thành và cắt thành lát trước khi dùng. Ăn kèm với nước tương.

49. Thịt bò cuộn với cà rốt bi

thành phần

- 500 g thịt bò (thái lát rất mỏng)
- 24 củ cà rốt nhỏ (hoặc 1 1/2 củ cà rốt)
- muối
- Bột bắp
- 1 muỗng canh mirin
- 1 muỗng canh nước tương
- hạt tiêu

sự chuẩn bị

1. Đối với món thịt bò cuộn, trộn mirin và nước tương trong bát. Cắt cà rốt thành bốn phần và cho vào hộp đựng lò vi sóng cùng với nước.
2. Nấu trong lò vi sóng trong 3-4 phút. Nêm muối và hạt tiêu vào thịt bò và cán 2 củ cà rốt cắt thành 1 lát. Lật những cuộn đã hoàn thành trong bột ngô.
3. Đun nóng dầu trong chảo và chiên cuộn trong đó. Đổ nước sốt lên trên và để nó đặc lại. Ăn cuộn thịt bò với cơm hoặc salad.

50. Mì Á với thịt bò

thành phần

- 200g mì udon
- 300 g thịt bò
- 1 cây tỏi tây
- 1 muỗng canh nước tương
- 1 quả chanh
- 1 thìa cà phê ớt (xay)
- 3 muỗng canh dầu mè (để chiên)
- 50 g giá đỗ

sự chuẩn bị

1. Đối với món mì châu Á với thịt bò, hãy nấu mì theo hướng dẫn trên bao bì.
2. Thái nhỏ tỏi tây và thái hạt lựu thịt bò. Đun nóng dầu và chiên tỏi tây và thịt bò trong đó.
3. Thêm giá đỗ, nước cốt chanh, ớt bột và nước tương vào rồi xào thêm 2 phút nữa.
4. Xếp mì Á cùng thịt bò và thưởng thức.

CÔNG THỨC ĂN RAU

51. Đĩa sashimi nhỏ

thành phần

- 300-400 g cá hồi, cá ngừ, cá bơn và / hoặc cá tuyết
- một số thanh surimi (thanh cua)
- 1/2 quả bơ
- Nước chanh
- 1 quả dưa chuột (nhỏ)
- Củ cải (trắng và cà rốt)

- Gừng (ngâm chua, tùy khẩu vị)
- Đối với nước chấm:
- nước tương
- Rượu du lịch
- Bột wasabikren

sự chuẩn bị

1. Dùng dao sắc cắt phi lê cá - nếu cần thì lọc xương cẩn thận - thành từng miếng hoặc lát vừa ăn và để ở nơi thoáng mát. Gọt vỏ nửa quả bơ, cắt phần thịt thành từng dải và ướp ngay với một ít nước cốt chanh. Cũng cắt hoặc bào dưa chuột, củ cải và cà rốt đã gọt vỏ thành từng dải rất mỏng. Pha loãng nước tương với một ít rượu gạo và chia vào các bát nhỏ. Xếp các miếng cá và que surimi trang trí trên đĩa. Trang trí bằng các loại rau đã chuẩn bị và dùng kèm với nước tương và sốt wasabi. Khi ăn, khuấy nhiều hoặc ít sốt wasabi vào nước tương. Bây giờ, nhúng một miếng cá vào nước tương và thưởng thức cùng một ít rau.

52. Trứng cá muối Keta trên daikon xay nhuyễn

thành phần

- 120 g trứng cá muối keta
- 300 g củ cải daikon (củ cải Nhật Bản, hoặc các loại củ cải nhẹ khác)
- 3 muỗng canh nước tương
- 4 lá rau diếp xanh
- 1 thìa nước cốt chanh
- 1 thìa gừng tươi nạo
- Bột wasabikren theo ý muốn

sự chuẩn bị

1. Đối với món trứng cá muối keta trên sốt daikon, xếp lá xà lách đã rửa sạch, để ráo

nước vào 4 đĩa. Bào củ cải bằng dụng cụ bào mịn và rửa sạch trong nước lạnh. Để ráo nước trong rây và chia đều vào 4 đĩa. Trộn trứng cá muối keta với nước tương và ăn kèm với sốt daikon. Đặt gừng nạo lên trên và rưới một ít nước cốt chanh. Ăn kèm với wasabi nếu bạn thích.

53. Salad Koknozu với đậu gà

thành phần

- 80 g đậu gà
- 40 g đậu lăng xanh
- 40 g đậu lăng đỏ
- 80 g gạo lứt
- 1 tấm rong biển nori, 30 x 20 cm
- 1/2 quả đu đủ
- 4 thìa canh vảy cá ngừ (hoặc thịt xông khói nướng)
- Salad Frisé để trang trí theo ý muốn
- muối
- 1/2 thìa cà phê dầu mè
- 8 muỗng canh giấm sushi

sự chuẩn bị

1. Ngâm đậu gà qua đêm và nấu cho đến khi mềm vào ngày hôm sau. Ngâm đậu lăng trong nước lạnh trong 1 giờ rồi nấu cho đến khi chín tới. Nấu gạo lứt cho đến khi mềm trong khoảng 20 phút. (Tuy nhiên, không nên nấu gạo quá lâu, nếu không vỏ sẽ bị vỡ.)
2. Trong khi đó, cắt lá rong biển thành những dải rất mỏng. Gọt vỏ và bỏ lõi đu đủ rồi cắt thành từng miếng nhỏ. Nghiền nhuyễn bằng máy trộn. Bây giờ xếp từng lớp đậu lăng xanh và đỏ, gạo lứt và cuối cùng là đậu gà vào bát nhỏ hoặc ly. Rắc các dải rong biển và vẩy cá ngừ lên trên và trang trí bằng salad frisée nếu bạn thích. Đối với nước sốt, trộn nhuyễn đu đủ với muối, dầu mè và giấm và phục vụ trong một bát riêng. Trộn cẩn thận tại bàn.

54. Rau tempura

thành phần

- Rau củ hỗn hợp (theo yêu cầu)
- muối
- Dầu thực vật

Đối với phần bột chiên tempura:

- 200 g bột mì thường
- 200 g bột khoai lang (hoặc bột khoai tây)
- 2 muỗng canh đường
- 1/2 muỗng canh muối
- 300 ml nước đá lạnh
- 4 lòng đỏ trứng

Đối với nước sốt:

- 5 muỗng canh nước tương
- 5 muỗng canh nước
- 2 muỗng canh xi-rô cây phong
- Một ít gừng thái nhỏ
- 1 nhánh hành lá cắt nhỏ

sự chuẩn bị

2. Cắt chéo rau củ đã rửa sạch thành lát dày khoảng 3 mm và rắc một ít muối. Đối với phần bột, rây cả hai loại bột mì với đường và muối. Để riêng khoảng một phần ba và lật các lát rau củ vào đó. Trộn đều nước đá lạnh với lòng đỏ trứng và khuấy đều phần bột còn lại thành hai mẻ. Đầu tiên, khuấy hỗn hợp cho đến khi mịn rồi khuấy bằng nĩa (không bao giờ dùng máy đánh trứng!), sao cho bột có độ sệt vừa phải. Đun nóng dầu trong chảo sâu. Kéo rau củ đã rắc bột qua bột và ngâm trong dầu nóng. Nướng cho đến khi vàng cả hai mặt. Nhấc ra và để ráo trên khăn giấy. Sắp xếp và phục vụ với nước sốt đã chuẩn bị. Đối với nước sốt, trộn nước tương với nước, xi-rô cây phong, gừng và hành lá thái hạt lựu.

55. Rau củ Maki

thành phần

- 4 miếng. Tấm rong biển Nori
- 3 muỗng canh túi du lịch Nhật Bản
- 1 cốc cơm sushi (khoảng 250g)
- 2 muỗng canh đường
- 1 muỗng canh muối
- Rau (tùy khẩu vị, ví dụ dưa chuột, cà rốt, củ cải đường vàng, bơ)
- 1 chai nước tương (nhỏ)
- Bột wasabi (tùy khẩu vị)

sự chuẩn bị

1. Đối với món rau maki, hãy rửa sạch gạo và ngâm trong nước lạnh ít nhất một giờ.
2. Đun sôi gạo trong 300 ml nước và đun nhỏ lửa trong 10 phút. Sau đó đổ vào bát và để nguội.
3. Đun sôi giấm, đường và muối, sau đó cho ngay vào gạo.
4. Gọt vỏ rau và cắt thành dải dài. Nếu bạn ăn rau củ, hãy nấu rau al dente trước.
5. Làm ẩm một tấm rong biển và đặt lên một cuộn tre. Trải một ít cơm lên trên. Đặt rau vào giữa rồi cuộn chặt maki.
6. Dùng dao sắc cắt rau củ maki thành từng lát dày khoảng 2,5-3 cm, rắc nước tương, wasabi (tùy khẩu vị) và đũa rồi dùng ngay.

56. Onigiri với bắp cải đỏ và đậu phụ hun khói

thành phần

- 50 g đậu phụ hun khói
- 50 g bắp cải đỏ
- muối
- Hành trình Sushi 300 g
- 3 muỗng canh giấm gạo
- 1 muỗng canh đường
- 8 lá rong biển nori (hoặc nhiều hơn; cắt thành hình chữ nhật 3 x 6 cm)
- Nước tương (để phục vụ)

sự chuẩn bị

1. Đối với onigiri với bắp cải tím và đậu phụ hun khói, trước tiên hãy thái nhỏ đậu phụ hun khói và bắp cải tím rồi trộn với một chút muối trong bát.
2. Vo gạo trong rây dưới vòi nước chảy cho đến khi nước chảy trong. Đổ 600 ml nước vào nồi, cho gạo vào, đun sôi. Tắt bếp và để gạo đứng, đậy nắp, trong khoảng 15 phút.
3. Thêm giấm, đường, đậu phụ và bắp cải tím vào cơm vẫn còn nóng, trộn đều, trải ra khay nướng và để nguội.
4. Chia cơm thành 8 phần bằng nhau, vo tròn từng phần và tạo hình đẹp nhất bằng khuôn đựng cơm onigiri.
5. Đặt một miếng rong biển hình chữ nhật xung quanh đáy onigiri, xếp lên đĩa và dùng onigiri với bắp cải tím và đậu phụ hun khói với nước tương, nếu bạn thích.

57. Yaki-Tori (Xiên gà nướng)

thành phần

- 400 g đùi gà đã được nới lỏng
- 2 thanh tỏi tây (mỏng)
- 200 ml súp gà
- 120 ml nước tương Nhật Bản
- 2 muỗng canh đường

sự chuẩn bị

1. Đối với món yaki tori, hãy ngâm tám xiên gỗ trong nước qua đêm.
2. Cắt thịt gà thành những khối vuông hoặc miếng nhỏ hơn (kích thước khoảng 2,5 cm).

Rửa sạch tỏi tây và cắt thành những miếng dài 3 cm.

3. Đun sôi súp gà với nước tương và đường trên lửa lớn. Bây giờ, lần lượt xếp từng miếng gà và tỏi tây vào từng xiên. Nhúng xiên vào nước sốt, để ráo và đặt lên vỉ nướng đã được làm nóng.

4. Nướng cho đến khi vàng nâu cả hai mặt. Trong khi đó, phết nước sốt lên xiên yakitori nhiều lần.

58. Các biến thể của Sushi & Maki

thành phần

Đối với công thức nấu cơm cơ bản:

- 500g cơm sushi
- 2 muỗng canh giấm gạo
- 1 thìa đường
- 1 muỗng canh muối

Đối với món nigiri cá hồi cổ điển:

- Mù tạt
- Đối với món maki cá ngừ:
- Tấm rong biển Yaki nori
- Mù tạt

- cá ngừ

Đối với món California Roll:

- Mù tạt
- quả dưa chuột
- quả bơ
- con tôm
- Hạt vừng (rang)

Đối với món cuộn bằng tay với trứng cá:

- Tấm rong biển Yaki nori
- Mù tạt
- Trứng cá
- chanh vàng

sự chuẩn bị

1. Đối với các món sushi và maki, trước tiên hãy chuẩn bị cơm.
2. Đối với cơm sushi, rửa sạch gạo và để ráo trong 1 giờ, sau đó cho gạo vào cùng một lượng nước và nấu ở nhiệt độ cao. Sau đó đậy nắp và chuyển nhiệt độ trở lại mức trung bình.
3. Khi thấy mặt gạo trong nồi, chuyển về mức thấp nhất. Khi nước đã bốc hơi, đun lại trong

1 phút, sau đó lấy gạo ra khỏi bếp và để bốc hơi trong 15 phút với nắp đậy kín.
4. Trộn giấm gạo, đường và muối để làm nước ướp và trộn với gạo hạt dài vẫn còn ấm trong bát nướng. Để nguội một chút, nhưng không cho vào tủ lạnh, nếu không gạo sẽ bị cứng.
5. Đối với món nigiri cá hồi cổ điển, nặn những viên nhỏ từ cơm sushi bằng tay ướt và ấn xuống. Phết wasabi. Đặt một lát cá hồi lớn lên trên. Cảnh báo: không bao giờ làm sushi quá to để bạn có thể thưởng thức trong một lần cắn.
6. Đối với món maki cá ngừ, đặt tấm yaki nori lên tấm tre. Phủ một lớp mỏng gạo hạt dài. Phết một ít wasabi. Đặt một hàng dải cá ngừ mỏng lên trên. Cuộn lại bằng tấm tre và cắt cuộn thành từng lát để làm maki nhỏ.
7. Đối với California Roll, phủ một lớp màng bọc thực phẩm lên tấm tre. Đặt một lớp cơm mỏng lên trên. Phết wasabi. Đặt 1 dải dưa chuột, quả bơ và tôm vào giữa. Cuộn lại bằng tấm tre và lăn cuộn đã hoàn thành trong hạt mè rang. Cắt thành lát nhỏ.
8. Đối với món cuộn tay với trứng cá, đặt một thìa cơm lên một tấm yaki nori. Cuộn tấm cơm lại như một chiếc túi. Phết một ít wasabi

lên cơm và nhồi trứng cá (cá hồi, cá hồi vân, v.v.). Trang trí bằng một miếng chanh nhỏ.

59. Maki với cá ngừ, bơ và nấm hương

thành phần

Đối với gạo:

- Hành trình Sushi 400 g
- 650 ml nước máy
- 1 1/2 muỗng canh giấm gạo
- muối
- đường

Để che phủ:

- Cá ngừ (cắt thành từng thanh nhỏ)
- Bột wasabi
- 4 lát rong biển nori

- Nấm hương (khô, ngâm)
- 2 quả bơ (thái mỏng, rưới nước cốt chanh)

sự chuẩn bị

1. Đối với món maki với cá ngừ, quả bơ và nấm hương, trước tiên hãy chuẩn bị cơm sushi. Để làm điều này, hãy rửa sạch gạo bằng nước lạnh và để ráo trong rây trong khoảng 30 phút.

2. Đun sôi gạo trong nồi với nước máy và một ít muối ở nhiệt độ cao và nấu trên bếp trong một phút, sủi bọt. Đậy nồi lại và hấp gạo ở nhiệt độ thấp nhất trong 15 phút.

3. Trộn giấm gạo bằng thìa gỗ. Để làm điều này, hãy cầm thìa theo đường chéo và theo chiều dài để gạo không được khuấy đúng cách mà được cắt như dao nhà bếp. Theo cách này, gạo sẽ giữ được độ hạt hơn so với khi khuấy bình thường. Để nguội.

4. Trong khi đó, chuẩn bị một tấm thảm tre. Đặt một tấm rong biển lên trên. Sau đó rải một lớp cơm mỏng lên trên. Rải một ít wasabi lên trên. Đặt một hàng cá ngừ, quả bơ và nấm hương lên trên. Cuộn lại bằng tấm thảm tre.

5. Khi dùng, dùng dao nhà bếp sắc cắt thành từng lát để món maki với cá ngừ, bơ và nấm

hương có được hình dạng và kích thước đặc trưng.

60. Maki với cá hồi, dưa chuột và bơ

thành phần

- 400 g cơm sushi (xem liên kết trong văn bản)
- 3 lá rong biển nori
- Để bao gồm:
- 200 g cá hồi (tươi)
- 200 g quả bơ (không quá mềm)
- 200g dưa chuột
- Mù tạt

sự chuẩn bị

1. Đối với món maki với cá hồi, dưa chuột và bơ, trước tiên hãy chuẩn bị cơm sushi theo công thức cơ bản. Cắt cá hồi, dưa chuột và bơ thành từng dải mỏng.

2. Đặt mỗi lá rong biển lên một tấm thảm, rải một lớp cơm mỏng lên trên, rắc một ít wasabi lên trên và xếp một hàng cá hồi, dưa chuột và quả bơ. Cuộn lại bằng thảm.
3. Dùng dao nhà bếp sắc cắt thành từng lát mỏng rồi xếp maki cùng cá hồi, dưa chuột và bơ lên đĩa.

61. Maki với tôm, dưa chuột và nấm hương

thành phần

- Cơm sushi (xem liên kết trong văn bản)
- Quả dưa chuột
- Tôm (ví dụ: Ama Ebi)
- Nấm hương (khô)
- 3 lá rong biển nori
- Mù tạt

sự chuẩn bị

1. Đối với món maki với tôm, dưa chuột và nấm hương, trước tiên hãy chuẩn bị cơm sushi theo công thức cơ bản.

2. Ngâm nấm hương trong nước rồi thái sợi. Bỏ lõi dưa chuột và thái sợi dày 1/2 cm. Cũng thái sợi tôm.
3. Đầu tiên, đặt một tấm rong biển lên một tấm chiếu tre. Trải mỏng cơm lên trên, chừa một mép. Đặt một hàng tôm, dưa chuột và nấm hương. Cuộn lại bằng sự trợ giúp của chiếu tre, gõ chặt.
4. Cắt cuộn theo đường chéo thành 3 đến 4 phần bằng nhau và dùng kèm maki với tôm, dưa chuột và nấm hương.

62. Khoai tây chiên giòn bí ngòi Parmesan

thành phần

- 2-3 miếng bí ngòi (rửa sạch, cắt lát dày 1 cm)
- muối biển
- Hạt tiêu từ máy xay)
- Dầu thực vật (để chiên ngập dầu)
- Đối với giỏ hàng:
- 2 chiếc. Chủ sở hữu
- 120g panko
- 60 g bột mì (phổ thông)
- 60 g phô mai parmesan (bào nhỏ)

sự chuẩn bị

1. Đối với khoai tây chiên phô mai parmesan bí ngồi, hãy nêm muối biển và hạt tiêu vào các lát bí ngồi.
2. Trộn panko và phô mai parmesan bào, đánh tan trứng.
3. Lăn những lát bí ngồi vào bột, kéo chúng qua trứng đánh tan và lăn chúng vào hỗn hợp panko-parmesan.
4. Nướng trong mỡ nóng ở nhiệt độ 170-180 ° C cho đến khi giòn và vàng.
5. Khoai tây chiên phô mai parmesan bí ngồi ngon nhất khi ăn tươi!

63. Mạng nhện Nhật Bản

thành phần

- 5 - 6 nhánh bắp cải Nhật Bản
- 2 củ cà rốt (lớn)
- 4 - 5 muỗng canh kem tươi
- 1 muỗng canh bơ
- 1 thìa muối thảo dược
- Hạt tiêu (ít)

sự chuẩn bị

1. Đối với thân bắp cải Nhật Bản, lột vỏ lá và cho lá vào rây. Rửa sạch thân và cắt thành từng miếng 5 mm. Rửa sạch lá và cắt thành sợi mì mỏng. Thái hạt lựu cà rốt.

2. Đun nóng bơ, phi thơm cà rốt và bắp cải Nhật cắt hạt lựu, sau đó đổ kem tươi và 125 ml nước vào, nêm gia vị và đun nhỏ lửa trong khoảng 5 phút.
3. Thêm lá cắt nhỏ vào và nấu thêm 2 phút nữa.

64. Sushi Maki với cá ngừ và dưa chuột

thành phần

- 1 miếng dưa chuột (100 g)
- 100 gram cá ngừ (rất tươi)
- 3 Nori (rong biển khô)
- 1 Công thức làm cơm sushi (công thức cơ bản làm cơm sushi)
- 2 muỗng canh wasabi (bột cải ngựa xanh)

sự chuẩn bị

5. Gọt vỏ dưa chuột và cắt đôi theo chiều dọc. Loại bỏ hạt bằng thìa và cắt dưa chuột theo chiều dọc thành từng dải. Cắt cá ngừ thành

từng dải dày khoảng 5 mm. Cắt đôi các tấm rong biển.

Cuộn sushi:

6. Để làm điều này, đặt màng bọc thực phẩm lên một tấm thảm tre và một nửa tấm rong biển lên trên. Làm ẩm tay bằng nước. Trải một ít cơm **sushi** cao gần 1 cm trên tấm rong biển, để lại 1 cm ở trên cùng. Không ấn cơm quá mạnh. Đặt một dải **wasabi** mỏng vào phần ba dưới cùng của lá (hãy cẩn thận, nó rất nóng!). Đặt dưa chuột hoặc cá ngừ lên trên.

7. Dùng tấm tre, cẩn thận cuộn phần nhân bằng lá rong biển, quấn màng bọc thực phẩm quanh cuộn. Ấn cuộn vào đúng vị trí bằng tấm tre. Dùng tay ấn cuộn hơi phẳng ở một mặt dài, điều này sẽ giúp cuộn có hình giọt nước sau này.)

8. Làm thêm 5 cuộn như mô tả. Cắt cuộn thành 8 phần bằng nhau bằng dao sắc nhúng nhiều lần vào nước lạnh.

65. Quả bơ Ura Makis

Thành phần

- 2 quả bơ (chín)
- 250 g gạo (gạo sushi, gạo hạt ngắn)
- 1 thìa canh giấm gạo
- 3 lá rong biển nori
- 1 thìa muối
- 1 thìa đường

sự chuẩn bị

1. Đối với quả bơ Ura Makis, trước tiên hãy rửa sạch gạo sống dưới vòi nước chảy cho đến khi

nước chảy ra trong. Nấu cơm ở lửa nhỏ trong 12 phút. Để cơm chín nguội trên đĩa phẳng trong 10 phút.

2. Trộn giấm gạo với muối và đường rồi rưới lên gạo. Trộn đều bằng thìa gỗ.
3. Chia cơm thành 6 phần bằng nhau và rải đều một phần lên chiếu tre. Bây giờ đặt một tấm rong biển nori với mặt bóng hướng xuống dưới và trải một miếng cơm khác lên trên, chừa lại 2 cm ở đây.
4. Gọt vỏ quả bơ, bỏ hạt và cắt thành các dải rộng. Đặt 2-3 dải (tùy theo độ dài) vào giữa phần thứ nhất của cơm. Bây giờ, lăn đều, với sự trợ giúp của tấm thảm tre, từ trên xuống dưới.
5. Ura Maki Cắt bơ bằng dao sắc thành từng dải rộng 1,5 cm.

66. canh chua ngọt

thành phần

- 150 g ức gà (hoặc thay thế bằng 1 hộp cá ngừ)
- 1-2 lít súp gà
- 1/2 thìa cà phê muối
- 2 muỗng canh nước tương
- 1 muỗng canh giấm
- 1 Sốt cà chua
- 1 nắm nấm mồ
- 1 nắm nấm hương
- 2 xe đẩy
- 2 muỗng canh dầu đậu phộng
- 3 muỗng canh tinh bột

sự chuẩn bị

1. Đối với súp, hãy chuẩn bị nước dùng gà từ ngày hôm trước hoặc hòa tan 2 viên súp gà trong nước nóng.
2. Thái nhỏ thịt gà và trộn với nước xốt gồm nước tương, muối, giấm và tương cà. Để ngâm trong ít nhất 30 phút.
3. Cắt nhỏ nấm morel và nấm hương, nạo cà rốt. Đun nóng dầu đậu phộng trong chảo và áp chảo thịt gà.
4. Đun sôi súp gà ấm và khử mùi tanh. Thêm cà rốt, nấm morel và nấm hương vào và đun nhỏ lửa.
5. Hòa tan bột trong 5 thìa canh nước ấm và khuấy từ từ vào súp. Đun sôi lại. Đánh trứng trong bát và đánh đều.
6. Bây giờ, nhanh chóng đổ hỗn hợp trứng vào súp nóng bằng thìa canh - khuấy theo chuyển động tròn để trứng được phân bố đều.
7. Nêm muối, tiêu và đường cho vừa ăn.

67. Rau xào thịt

thành phần

- 400 g thịt lợn
- 580 g rau xào (igloo)
- 6 muỗng canh dầu hạt cải
- kinh giới
- cây xạ hương
- muối
- hạt tiêu

sự chuẩn bị

1. Đối với rau xào với thịt, trước tiên thái nhỏ thịt lợn và ngâm trong hỗn hợp dầu hạt cải,

muối, hạt tiêu, kinh giới và húng tây. Ngâm trong ít nhất 3 giờ, tốt nhất là qua đêm.
2. Cho thịt lợn vào chảo không có dầu và chiên cho đến khi nóng. Thêm rau vào chảo và đợi nước bốc hơi.
3. Sau đó chiên lại tất cả cùng nhau. Rau xào với thịt cũng rất ngon khi ăn kèm với muối và hạt tiêu.

68. Cá ngừ với giá ớt

thành phần

- 180 g phi lê cá ngừ (tươi)
- 1 quả ớt
- 1 tép tỏi
- 50 g giá đỗ
- 50 g giá đỗ lăng
- 2 cây hành lá
- 1 muỗng canh nước sốt ớt
- 1 muỗng canh nước sốt hàu
- 1 muỗng canh nước tương
- 1 nhúm bột ngô
- muối
- hạt tiêu

- Dầu mè (để chiên)

sự chuẩn bị

1. Cắt phi lê cá ngừ thành khối 2 cm. Cắt đôi ớt theo chiều dọc, bỏ lõi và băm nhỏ tép tỏi. Băm nhỏ hành lá. Đun nóng một ít dầu mè trong chảo xào. Cho hành lá, ớt và tỏi vào và xào. Thêm giá đỗ và nêm tất cả với muối và hạt tiêu. Cuối cùng, nêm nước sốt ớt. Lấy rau ra lần nữa và giữ ấm. Bây giờ lau chảo xào bằng giấy bếp. Đun nóng một ít dầu mè một lần nữa và chiên sơ các khối cá ngừ ở tất cả các mặt (bên trong chúng vẫn phải mọng nước). Trong khi đó, khuấy đều nước sốt hàu, nước tương, bột ngô và khoảng 2 thìa canh nước. Đổ nước sốt cay này lên cá ngừ. Xếp giá đỗ ớt nóng ra đĩa và đặt các khối cá ngừ lên trên.

69. Tempura cá hồi và rau

thành phần

- 150 g phi lê cá hồi
- 150 g rau (nếu thích - hành lá, khoai tây luộc..)
- 50 g bột tempura (có bán tại Asia Shop)
- 80 ml nước khoáng (lạnh)
- một chút muối
- Dầu để chiên)
- nước tương
- Bột wasabikren (và gừng để trang trí)

sự chuẩn bị

1. Cắt cá hồi thành các dải 5 x 2 cm. Cắt rau thành các miếng hoặc dải vừa ăn. Trộn hỗn hợp bột tempura mịn làm từ bột mì, nước khoáng và một chút muối bằng máy đánh trứng. Đun nóng dầu trong chảo hoặc chảo wok phù hợp. Kéo các miếng cá hồi và rau qua bột và chiên chúng trong mỡ ở nhiệt độ rất cao (khoảng 180 ° C) trong khoảng nửa phút. (Không bao giờ cho quá nhiều đồ chiên cùng một lúc, thay vào đó hãy làm thành từng phần để dầu không bị nguội.) Lấy tempura đã hoàn thành ra, để ráo trên giấy bếp và ăn kèm với nước tương, wasabi và gừng ngâm.

70. Salad mì Nhật Bản

thành phần

- 2 lá bắp cải Trung Quốc
- 5 cây hành lá (màu xanh)
- 1 củ cà rốt (đã chần)
- 250 kg mì ống (tùy bạn chọn)
- 3 lát giăm bông (đã nấu chín)
- 1/2 quả dưa chuột (gọt vỏ)

Nước xốt:

- 3 muỗng canh nước tương Tamari
- 2 muỗng canh đường
- 5 muỗng canh súp gà
- 1 thìa cà phê wasabi (bột cải ngựa)

- 1 thìa cà phê dầu mè
- 3 muỗng canh giấm rượu gạo

Trứng ốp la:

- 2 quả trứng
- 1 muỗng canh nước
- 1 thìa bột ngô

sự chuẩn bị

2. Đối với món salad mì Nhật Bản, hòa tan đường trong giấm. Trộn với các thành phần khác của nước sốt.
3. Trộn 2 quả trứng đánh tan, một thìa nước và 1 thìa bột ngô vào hỗn hợp trứng ốp la và chiên trong chảo với một ít dầu. Sau đó cắt thành từng dải.
4. Cắt nhỏ tất cả các nguyên liệu khác. Để riêng cà rốt và lá bắp cải Trung Quốc, khuấy phần còn lại trong bát salad.
5. Luộc mì ống cho đến khi mềm và cuối cùng cho bắp cải và cà rốt vào.
6. Lọc và rửa sạch bằng nước lạnh. Cho vào bát salad và ướp với nước sốt. Để salad mì Nhật ngấm và dùng.

CÔNG THỨC NẤU SÚP

71. Súp miso với nấm hương

thành phần

- 3 nấm hương (khô)
- 8 g wakame (sấy khô)
- 1200 ml nước (cho súp)
- 3 muỗng canh miso dán
- 115 g đậu phụ (thái hạt lựu)
- 1 cây hành lá (chỉ dùng cây xanh)

sự chuẩn bị

1. Đối với **súp miso với nấm hương**, trước tiên hãy cho nấm khô và rong biển wakame riêng vào nước ấm trong 20 phút rồi vớt ra để ráo. Cắt thành lát mỏng.
2. Đun sôi nước, cho hỗn hợp miso vào, thêm nấm vào và đun nhỏ lửa trong 5 phút.
3. Phân phối đều đậu phụ và tảo vào 4 chén súp đã được làm nóng trước, đổ đầy súp miso với nấm hương và rắc hành lá lên bàn.

72. Súp miso chay

thành phần

- 1 lít súp rau
- 4 thìa cà phê miso (nhạt)
- 6 nấm hương
- 1/2 muỗng canh dầu mè
- 1 muỗng canh nước tương
- 1/2 thìa cà phê bột gừng
- 150 g đậu phụ
- 1 muỗng canh rong biển wakame

sự chuẩn bị

1. Đối với súp miso thuần chay, ngâm rong biển wakama trong 15 phút và để ráo nước. Cắt nấm hương thành từng miếng nhỏ và trộn với súp rau, dầu mè, nước tương và gừng trong một cái chảo. Đun sôi súp trong 5 phút.

2. Cắt rong biển wakameae và đậu phụ thành từng miếng nhỏ và cho vào nồi. Nhấc súp ra khỏi bếp và khuấy đều với hỗn hợp miso. Cho đĩa súp miso thuần chay vào và thưởng thức.

73. Súp mì với cải ngựa

thành phần

- ½ thanh Allium (tỏi tây)
- 1 củ hành tây
- 2 tép tỏi
- 80 gram gừng (tươi)
- 2 thìa dầu
- 1 cái giò heo
- 1 kg cánh gà
- muối
- 2 miếng (tảo kombu; tảo khô; cửa hàng Châu Á)
- 30 gram nấm hương khô
- 1 bó hành lá

- 2 muỗng canh hạt vừng (nhẹ)
- 1 lá rong biển nori
- 6 quả trứng
- 300 gram mì ramen
- 50 gram miso (nhẹ)
- 2 muỗng canh Mirin (rượu trắng Nhật Bản)
- 65 gram cải ngựa
- Dầu mè (rang)

sự chuẩn bị

1. Làm sạch và rửa sạch tỏi tây, cắt thành từng miếng lớn. Lột vỏ hành tây và tỏi, cắt hành tây thành bốn phần. Rửa sạch 60 g gừng và cắt thành lát. Đun nóng dầu trong chảo. Rang tỏi tây, hành tây, tỏi và gừng trong đó ở nhiệt độ cao cho đến khi có màu nâu nhạt.
2. Cho rau xào cùng giò heo đã rửa sạch và cánh gà vào nồi lớn, đổ 3,5 lít nước. Đun sôi từ từ và ninh ở lửa nhỏ không đậy nắp trong khoảng 3 giờ. Vớt bọt nổi lên. Sau 2 giờ, nêm muối vào nước dùng.
3. Đổ nước dùng qua rây mịn vào một chiếc chảo khác (làm khoảng 2,5-3 l). Có thể làm loãng nước dùng một chút. Lau sạch rong biển kombu bằng khăn ẩm. Thêm nấm hương và tảo

kombu vào nước dùng nóng và để ngâm trong 30 phút.

4. Lấy giò heo ra khỏi da, mỡ và xương rồi cắt thành từng miếng vừa ăn. Không sử dụng cánh gà để nấu súp (xem mẹo).

5. Gọt vỏ gừng còn lại và thái thành từng dải mỏng. Làm sạch và rửa sạch hành lá, cắt thành từng khoanh mỏng và cho vào nước lạnh. Rang hạt mè trong chảo khô cho đến khi chúng có màu nâu nhạt. Cắt rong biển nori thành bốn phần, rang sơ trong chảo khô và cắt thành từng dải rất mỏng. Nhặt trứng, luộc trong nước sôi trong 6 phút, rửa sạch bằng nước lạnh, lột vỏ cẩn thận. Luộc mì trong nước sôi trong 3 phút, đổ vào rây, rửa sạch bằng nước lạnh trong chốc lát, sau đó để ráo.

6. Lấy nấm và rong biển ra khỏi nước dùng. Loại bỏ cuống nấm, thái nhỏ mũ nấm, không dùng rong biển nữa. Đun nóng nước dùng (không đun sôi). Khuấy đều với miso và mirin, thêm nấm hương thái nhỏ. Để ráo hành lá trong rây. Gọt vỏ cải ngựa.

7. Chia nước dùng vào bát. Cho giò heo, mì, trứng cắt đôi, hạt vừng, gừng, hành lá và rong

biển nori vào. Ăn kèm với nhiều cải ngựa tươi nạo và dầu vừng.

74. Súp miso đậu phụ với mì soba

thành phần

- Soba (mì soba: mì spaghetti làm từ kiều mạch và lúa mì)
- 2 thìa dầu mè (rang)
- 1 muỗng canh hạt vừng
- 4 cây hành lá
- 2 quả dưa chuột nhỏ
- 100 gram lá rau bina
- 200 gram đậu phụ
- $1\frac{1}{4}$ lít nước dùng rau
- 1 miếng gừng (khoảng 20 g)
- 2 thìa cà phê (tảo wakame ăn liền)

- 2½ muỗng canh Shiro miso (bột miso mua ở chợ hữu cơ hoặc chợ Châu Á)
- Lá rau mùi (để trang trí)

sự chuẩn bị

1. Nấu mì soba theo hướng dẫn trên bao bì. Đổ vào rây, để ráo nước và trộn với dầu mè. Rang hạt mè trong chảo chống dính cho đến khi vàng nâu. Lấy ra khỏi bếp và để nguội.
2. Rửa sạch hành lá, cắt phần trắng và xanh nhạt thành khoanh mỏng. Rửa sạch dưa chuột, cắt thành thanh dài khoảng 3cm. Phân loại rau bina, rửa sạch, vẩy ráo, bỏ phần cọng thô. Thấm khô đậu phụ, cắt thành khối vuông 2cm.
3. Đun sôi nước dùng trong chảo. Gọt vỏ gừng và cắt thành lát, cho vào nước dùng có rong biển và đun nhỏ lửa trong khoảng 2 phút. Trộn hỗn hợp miso với 5 thìa canh nước cho đến khi mịn, cho vào nước dùng và đun sôi thêm 5 phút nữa. Sau đó cho đậu phụ, hành lá và dưa chuột vào súp và đun sôi.
4. Để phục vụ, rửa sạch rau mùi và vẩy khô. Trải mì soba và rau bina vào bát hoặc cốc và đổ nước dùng sôi lên trên. Rắc hạt vừng rang và lá rau mùi lên trên. Ăn ngay.

75. Súp Nhật Bản

- **thành phần**
- Có thể dùng 2 thìa rong biển khô (wakame)
- 50 g nấm hương hoặc có thể là nấm rơm
- 1 củ cà rốt (lớn)
- 1 củ hành tây (nhỏ)
- 100 g tỏi tây
- 2,5 thìa cà phê Dashi-no-moto (bột súp cá Nhật Bản, A Laden; hoặc nước dùng thịt bò ăn liền)
- 3 muỗng canh nước tương nhạt (Usukuchi)
- 1 thìa muối
- 2 quả trứng

sự chuẩn bị

1. Ngâm tảo trong nước lạnh ít nhất 2 giờ, sau đó vắt nhẹ và cắt bỏ.

2. Xé nấm và cắt thành lát mỏng, gọt vỏ cà rốt, cắt thành que.

3. Lột vỏ hành tây và cắt thành từng khoanh tròn, rửa sạch tỏi tây, cắt đôi và đầu tiên thành từng đoạn dài 3 cm, sau đó cắt thành từng dải.

4. Trộn bột canh cá vào 1,1 lít nước sôi, thêm nước tương và muối. Xào rau trong canh khoảng 2 phút.

5. Trộn trứng và từ từ đổ vào súp theo dòng mỏng (từ độ cao khoảng 40 cm). Để yên trong 1 phút và mang súp ra bàn.

76. Súp mì nấm Nhật Bản

thành phần

- 1200 ml súp Dashi
- 1 muỗng canh mirin; hoặc rượu sake
- 1 muỗng canh đường thô
- 1 miếng gừng (tươi, nạo)
- Nước tương; khi cần

Khảm:

- 350 g Mì trứng Trung Quốc rất mịn, ví dụ như mì ramen
- 3 cây hành lá nhỏ
- 1 quả dưa chuột thả rông (nhỏ)

- 100 g nấm Enoki
- 100 g nấm sò rất nhỏ
- 50 g rau bina (lá)
- 150 gram đậu phụ; cắt thành dải hoặc khối

sự chuẩn bị

1. Hãy thử món mì ống ngon tuyệt này:
2. Đun sôi súp, nêm đường, rượu gạo, gừng và nước tương. Luộc sơ mì trong nước muối sôi cho đến khi chín tới, để ráo và phân phối đều vào bát súp.
3. Cắt nhỏ hành lá, lột vỏ dưa chuột, cắt đôi, bỏ lõi và cắt thành dải hẹp. Rải đều vào bát nướng cùng với nấm.
4. Đổ súp nóng lên trên. Ăn.

77. Salad mì Nhật Bản

thành phần

- 2 lá bắp cải Trung Quốc
- 5 cây hành lá (màu xanh)
- 1 củ cà rốt (đã chần)
- 250 kg mì ống (tùy bạn chọn)
- 3 lát giăm bông (đã nấu chín)
- 1/2 quả dưa chuột (gọt vỏ)

Nước xốt:

- 3 muỗng canh nước tương Tamari
- 2 muỗng canh đường
- 5 muỗng canh súp gà
- 1 thìa cà phê wasabi (bột cải ngựa)
- 1 thìa cà phê dầu mè

- 3 muỗng canh giấm rượu gạo

Trứng ốp la:

- 2 quả trứng
- 1 muỗng canh nước
- 1 thìa bột ngô

sự chuẩn bị

1. Đối với món salad mì Nhật Bản, hòa tan đường trong giấm. Trộn với các thành phần khác của nước sốt.
2. Trộn 2 quả trứng đánh tan, một thìa nước và 1 thìa bột ngô vào hỗn hợp trứng ốp la và chiên trong chảo với một ít dầu. Sau đó cắt thành từng dải.
3. Cắt nhỏ tất cả các nguyên liệu khác. Để riêng cà rốt và lá bắp cải Trung Quốc, khuấy phần còn lại trong bát salad.
4. Luộc mì ống cho đến khi mềm và cuối cùng cho bắp cải và cà rốt vào.
5. Lọc và rửa sạch bằng nước lạnh. Cho vào bát salad và ướp với nước sốt. Để salad mì Nhật ngấm và dùng.

78. canh chua ngọt

thành phần

- 150 g ức gà (hoặc thay thế bằng 1 hộp cá ngừ)
- 1-2 lít súp gà
- 1/2 thìa cà phê muối
- 2 muỗng canh nước tương
- 1 muỗng canh giấm
- 1 Sốt cà chua
- 1 nắm nấm mồ
- 1 nắm nấm hương
- 2 xe đẩy
- 2 muỗng canh dầu đậu phộng
- 3 muỗng canh tinh bột

sự chuẩn bị

1. Đối với súp, hãy chuẩn bị nước dùng gà từ ngày hôm trước hoặc hòa tan 2 viên súp gà trong nước nóng.
2. Thái nhỏ thịt gà và trộn với nước xốt gồm nước tương, muối, giấm và tương cà. Để ngâm trong ít nhất 30 phút.
3. Cắt nhỏ nấm morel và nấm hương, nạo cà rốt. Đun nóng dầu đậu phộng trong chảo và áp chảo thịt gà.
4. Đun sôi súp gà ấm và khử mùi tanh. Thêm cà rốt, nấm morel và nấm hương vào và đun nhỏ lửa.
5. Hòa tan bột trong 5 thìa canh nước ấm và khuấy từ từ vào súp. Đun sôi lại. Đánh trứng trong bát và đánh đều.
6. Bây giờ, nhanh chóng đổ hỗn hợp trứng vào súp nóng bằng thìa canh - khuấy theo chuyển động tròn để trứng được phân bổ đều.
7. Nêm muối, tiêu và đường cho vừa ăn.

79. Súp rau Nhật Bản

thành phần

- 8 nấm (lớn)
- 125 g giá đỗ
- 250 g măng
- 100 g rau bina
- 3 quả trứng
- 800 ml nước dùng gà

sự chuẩn bị

1. Công thức nấu đậu cho mọi khẩu vị:
2. Làm sạch, rửa sạch và để ráo nấm. Cắt thành từng lát nhỏ.

3. Đổ giá đỗ và măng vào rây rồi để ráo nước.
4. Cắt măng thành từng sợi mỏng.
5. Chọn rau bina, rửa sạch và cắt thành từng sợi.
6. Phân phối đều rau vào 4 cốc súp chịu nhiệt.
7. Trộn súp với trứng và đổ lên trên rau.
8. Đậy kín cốc bằng giấy bạc, đặt vào khay hứng nước của lò nướng và đổ nước sôi lên trên.
9. Đặt vào bếp đun nóng (E: 175 ° C) và nấu trong khoảng nửa giờ.
10. Lấy ra và mang đến bàn tại chỗ.
11. Nếu bạn không thích măng, bạn cũng có thể dùng bắp cải Trung Quốc.

80. Súp rong biển Nhật Bản

thành phần

- 1000 ml súp rau
- 80 ml nước tương
- 1 toa xe ga; đốm 10x10 cm (tảo nâu khô)
- 20 g vảy cá ngừ
- 10 nấm hương (tươi)
- 20 g nấm Mu-Err
- 150 g tempeh
- 30 g rong biển wakame

sự chuẩn bị

1. Đối với nước dùng cơ bản, dùng bát ướt để cạo sạch hỗn hợp và đun sôi trong đĩa súp rau lạnh và cùng với vảy cá ngừ. Nhấc nồi súp trong ra khỏi bếp và đổ qua rây mịn. Không tiếp tục sử dụng kombu và cá ngừ.
2. Vật liệu cơ bản này cũng có sẵn dưới dạng thành phẩm. Sau đó, nó được gọi là Dashi-no-Moto và chỉ được trộn với nước.
3. Ngâm nấm mu-err trong nước lạnh và thái hạt lựu nấm shii-take và tempeh. Đun nóng nấm Shii Take, nấm Mu Err, tempeh và wakame trong nước dùng trong và mang ra bàn khi còn nóng.

CÔNG THỨC CHẾ BIẾN THỊT

81. Thịt bò và hành tây cuộn

thành phần

- 4 lát thịt thăn bò (mỏng như bánh quế, hoặc thịt bò nướng hoặc thịt bò phi lê)
- 4 cây hành lá
- 1 thìa đường
- 2 thìa nước tương

- Gừng (tươi thái nhỏ)
- 1 thìa cà phê rượu sherry
- Dầu (để chiên)

sự chuẩn bị

1. Đối với món thịt bò và hành tây cuộn, trước tiên cắt hành lá theo chiều dọc thành từng dải. Đặt thịt lên trên, phủ hành lá lên trên và cuộn chặt lại.
2. Để làm nước ướp, trộn nước tương, đường, một ít gừng và rượu sherry.
3. Cho thịt vào ướp trong khoảng 30 phút.
4. Sau đó nhấc ra và chiên cuộn thịt bò và hành tây trên vỉ nướng hoặc trong chảo (với một ít dầu nóng) trong khoảng 3 phút cho đến khi vàng nâu cả hai mặt.

82. Gà sốt mè

nguyên liệu

- 1 kg đùi gà
- 50g gừng
- 1 tép tỏi
- 100 ml Mirin (rượu gạo ngọt; hoặc rượu sherry)
- 100 ml nước tương (Nhật Bản)
- 2 muỗng canh đường
- muối
- 2 muỗng canh dầu mè

sự chuẩn bị

1. Đối với món gà ướp vừng, bạn hãy rửa sạch chân gà, nếu mua chân gà nguyên con thì cắt đôi phần chân và cẳng chân.
2. Gọt vỏ gừng và nạo nhỏ. Bóc vỏ và nghiền tỏi. Khuấy 1 1/2 thìa cà phê gừng và tỏi với đường, nước tương, mirin, một nhúm muối và vài giọt dầu mè. Cho thịt vào nước ướp sao cho phủ đều tất cả các mặt. Đậy nắp và để trong tủ lạnh ít nhất 3 giờ, tốt nhất là để qua đêm.
3. Lấy thịt ra khỏi nước ướp và để ráo nước. Chiên vàng cả hai mặt trong dầu nóng. Đổ dầu ra và đổ nước ướp lên thịt. Đun nhỏ lửa trong chảo rán kín ở nhiệt độ thấp trong 20 phút.
4. Chiên thịt trong chảo rán hở thêm 5 phút nữa, cho đến khi nước sốt sánh lại. Thịt gà với hạt vừng sau đó ăn kèm với một bát cơm là ngon nhất.

83. Thịt lợn quay Nhật Bản

thành phần

- 600 g thịt lợn (vai hoặc đùi)
- muối
- Hạt caraway
- 50 g chất béo
- 10 gram bột mì
- 1 củ hành tây (thái lát)
- 50 g cần tây (thái lát)
- 1 muỗng canh mù tạt
- Nước

sự chuẩn bị

1. Đối với thịt lợn quay kiểu Nhật, hãy chiên hành tây và cần tây trong mỡ nóng. Xát thịt

bằng hạt caraway và muối, đặt lên rau và chiên cả hai.

2. Đổ nước vào sau 1/2 giờ. Một lát sau thêm mù tạt. Cuối cùng, rắc nước ép, đun sôi và lọc. Phục vụ thịt lợn nướng Nhật Bản.

84. Thịt bò cuộn với cà rốt bi

thành phần

- 500 g thịt bò (thái lát rất mỏng)
- 24 củ cà rốt nhỏ (hoặc 1 1/2 củ cà rốt)
- muối
- Bột bắp
- 1 muỗng canh mirin
- 1 muỗng canh chế biến nước tương
- hạt tiêu

sự chuẩn bị

1. Đối với món thịt bò cuộn, trộn mirin và nước tương trong bát. Cắt cà rốt thành bốn phần và cho vào hộp đựng lò vi sóng cùng với nước.

2. Nấu trong lò vi sóng trong 3-4 phút. Nêm muối và hạt tiêu vào thịt bò và cán 2 củ cà rốt cắt thành 1 lát. Lật những cuộn đã hoàn thành trong bột ngô.
3. Đun nóng dầu trong chảo và chiên cuộn trong đó. Đổ nước sốt lên trên và để nó đặc lại. Cuộn thịt bò ăn kèm với cơm hoặc salad.

85. Mì Á với thịt bò

thành phần

- 200g mì udon
- 300 g thịt bò
- 1 cây tỏi tây
- 1 muỗng canh nước tương
- 1 quả chanh
- 1 thìa cà phê ớt (xay)
- 3 muỗng canh dầu mè (để chiên)
- 50 g giá đỗ

sự chuẩn bị

1. Đối với món mì châu Á với thịt bò, hãy nấu mì theo hướng dẫn trên bao bì.
2. Thái nhỏ tỏi tây và thái hạt lựu thịt bò. Đun nóng dầu và chiên tỏi tây và thịt bò trong đó.
3. Thêm giá đỗ, nước cốt chanh, ớt bột và nước tương vào rồi xào thêm 2 phút nữa.
4. Món mì Á kết hợp với thịt bò được phục vụ cùng nhau.

86. Rau xào thịt

thành phần

- 400 g thịt lợn
- 580 g rau xào (igloo)
- 6 muỗng canh dầu hạt cải
- kinh giới
- cây xạ hương
- muối
- hạt tiêu

sự chuẩn bị

1. Đối với rau xào với thịt, trước tiên thái nhỏ thịt lợn và ngâm trong hỗn hợp dầu hạt cải,

muối, hạt tiêu, kinh giới và húng tây. Ngâm trong ít nhất 3 giờ, tốt nhất là qua đêm.
2. Cho thịt lợn vào chảo không có dầu và chiên cho đến khi nóng. Thêm rau vào chảo và đợi nước bốc hơi.
3. Sau đó chiên lại tất cả cùng nhau. Rau xào với thịt cũng rất ngon khi ăn kèm với muối và hạt tiêu.

87. Thịt ba chỉ nướng Nhật Bản

thành phần

- 400 g thịt ba chỉ heo (thái mỏng)
- 1/4 củ hành tây
- 1 miếng gừng (nhỏ)
- 1 cây hành lá
- 2 tép tỏi (ép)
- 2 quả ớt (khô)
- 2 muỗng canh rượu sake
- 2 muỗng canh nước tương
- 1 1/2 muỗng canh mật ong
- 1/2 tương cà
- 1 muỗng canh hạt vừng (rang)
- hạt tiêu

sự chuẩn bị

1. Đối với món thịt ba chỉ nướng kiểu Nhật, hãy băm nhỏ hành tây và gừng trong bát.
2. Cắt nhỏ hành lá và trộn tất cả các nguyên liệu vào nước ướp. Ngâm thịt ba chỉ trong nước ướp trong 1 giờ. Nướng thịt ba chỉ ở cả hai mặt cho đến khi giòn.
3. Phục vụ món thịt ba chỉ nướng kiểu Nhật.

88. Sườn Nhật Bản

thành phần

- 1 kg sườn non
- 1 cốc nước tương
- 1 cốc mirin
- 1/2 cốc đường
- 1/4 cốc (s) tương ớt Hàn Quốc (Sun Kochuchang)
- 6 tép tỏi (ép)
- 2 muỗng canh dầu mè
- 1 muỗng canh hạt vừng
- 1 cây hành lá

sự chuẩn bị

1. Đối với sườn non Nhật Bản, trộn tất cả các nguyên liệu trong bát. Để sườn non ngâm trong nước ướp qua đêm.
2. Nướng thịt trên vỉ nướng.

89. Mì soba với thịt gà

thành phần

- 250 g mì soba (mì Nhật Bản)
- 1 thìa nước ép gừng (tươi)
- 200 g ức gà
- 140 g hành lá
- 2 muỗng canh dầu đậu phộng
- 400 ml Ichiban Dashi (súp cơ bản)
- 140 ml nước tương (địa ngục)
- 1 muỗng canh mirin
- 2 muỗng canh rong biển nori
- 2 muỗng canh Katsuo-Bushi (vảy cá ngừ khô)
- 1 muỗng canh vừng (rang)

sự chuẩn bị

1. Đối với mì soba với thịt gà, trước tiên hãy nấu mì trong nước muối cho đến khi chín tới, sau đó vớt ra và rửa sạch bằng nước nóng. Vớt ra. Sử dụng chúng càng sớm càng tốt, nếu không chúng sẽ nở ra và mất đi độ dai.
2. Cắt thịt gà thành từng dải dày bằng ngón tay và rưới nước gừng lên. Cho hành tây thái nhỏ vào dầu nóng. Làm phồng dashi với mirin và nước tương. Khuấy đều mì ống đã ráo nước.
3. Chia đều mì vào bát, phủ hỗn hợp thịt và hành tây, rắc rong biển thái nhỏ, cá ngừ bào và hạt vừng. Đem mì soba với thịt gà ra bàn.

90. Mì ống với thịt bò và rau

thành phần

- 10 g nấm Mu-Err
- muối
- 250 gram thịt bò; hoặc thịt lợn, Ge
- 300 g rau củ hỗn hợp (ví dụ như tỏi tây, cà rốt)
- 100 g cây giống đậu nành
- 2 muỗng canh dầu đậu phộng
- 1 muỗng canh gừng (thái rất nhỏ)
- 2 tép tỏi
- 400 g mì Trung Quốc
- muối
- 250 ml súp gà
- 1 thìa bột ngô

- 2 muỗng canh rượu sake (hoặc rượu sherry khô)
- 2 muỗng canh nước tương
- 1 nhúm Sambal Ölek

sự chuẩn bị

1. Các món mì ống luôn ngon!
2. Ngâm nấm trong nước. Làm mì ống trong nước muối nhẹ. Cắt thịt thành lát mỏng. Làm sạch rau và cắt thành dải nếu có thể. Chần (trần) giá đỗ trong rây với nước sôi.
3. Đun nóng 1 thìa canh dầu trong chảo lớn hoặc chảo sâu lòng. Đổ thịt vào và chiên nhanh, lật liên tục. Lấy ra và để sang một bên.
4. Đổ phần dầu còn lại vào chảo. Chiên sơ rau, đậu nành đã ráo nước, nấm, gừng và tỏi đã vắt với 2 nhúm muối trong khi khuấy. Lấy ra khỏi lò nướng và cho vào thịt.
5. Trộn tất cả các nguyên liệu làm nước sốt, cho vào chảo hoặc có thể là chảo wok và khuấy đều trong khi khuấy. Nêm gia vị khi cần thiết. Trộn rau và thịt áp chảo với nước sốt nóng. Không làm thế nữa.
6. Xếp thịt và rau cùng nước sốt lên mì ống đã ráo nước.

GIA CẦM

91. Mì Udon Yaki với ức gà

thành phần

- 200 g yaki udon (mì sợi dày)
- 300g rau xào thập cẩm
- 200 g thịt ức gà phi lê
- 1 thìa cà phê dầu mè
- 4 muỗng canh dầu hướng dương
- 1/2 thìa cà phê tỏi ớt (tỏi trộn với ớt băm nhỏ)
- 1 miếng (2 cm) gừng tươi

- 2 muỗng canh nước tương
- 1 muỗng canh đường
- 1 thìa hạt vừng để trang trí

sự chuẩn bị

1. Đối với món yaki udon, đun sôi nhiều nước và luộc mì trong khoảng 5 phút. Lọc, rửa sạch bằng nước lạnh và để ráo.
2. Cắt thịt gà và rau đã rửa sạch thành từng dải rộng bằng ngón tay, thái nhỏ gừng.
3. Đun nóng chảo hoặc chảo nặng, đổ dầu mè và dầu hướng dương vào và đun nóng. Chiên các dải rau và thịt trong đó. Thêm tỏi ớt, đường, nước tương và gừng và chiên trong 3 phút. Thêm mì ống và chiên sơ qua.
4. Xếp mì yaki udon vào bát và rắc hạt mè lên trên trước khi dùng.

92. Cơm gà sốt ớt

thành phần

- 8 cái đùi gà (nhỏ)
- 1 gói Chân gà giòn Knorr Basis
- 1 viên súp trong Knorr
- Hành trình 200 g Basmati
- 4 quả cà chua (nhỏ)
- 2 muỗng canh bột ớt bột
- 2 muỗng canh bột cà chua
- 1 quả ớt bột (đỏ)
- Ớt (để nêm)
- Rau mùi tây (tươi)

sự chuẩn bị

1. Đối với món cơm gà sốt ớt, hãy chế biến đùi gà theo công thức KNORR theo hướng dẫn trên bao bì.
2. Trong khi đó, rang gạo trong chảo mà không cần thêm mỡ. Làm mất mùi với lượng nước gấp ba lần và đun sôi với bột ớt bột, sốt cà chua và viên súp. Đun nhỏ lửa chảo cơm gà ớt cho đến khi gạo mềm.
3. Trong khi đó, cắt ớt chuông và cà chua thành miếng lớn và cho vào thịt gà. Trộn cơm đã nấu chín với chân giò và ăn kèm với rau mùi tây.

93. Gà tẩm bột bơ sữa cay

thành phần

- 500 g thịt gà (đùi gà hoặc cánh gà)
- 150 ml bơ sữa
- 4 tép tỏi (ép)
- 1 quả ớt (băm nhỏ)
- 1 muỗng canh nước cốt chanh
- muối
- hạt tiêu
- 3 muỗng canh bột mì (đầy)

sự chuẩn bị

1. Đối với gà tẩm bột bơ sữa cay, trộn đều các nguyên liệu để ướp và ngâm các miếng gà trong đó khoảng 1 giờ. Lắc đều bột và gà trong túi có thể niêm phong.
2. Nướng trong nhiều dầu hướng dương nóng ở nhiệt độ 170 ° C trong khoảng 8 phút. Khi chúng có màu vàng nâu, lấy chúng ra khỏi mỡ và để ráo nước trên giấy bếp trong thời gian ngắn.
3. Rưới lớp bột chiên giòn từ bơ sữa cay và nước cốt chanh tươi lên thịt gà đã hoàn thành trước khi dùng.

94. Đùi gà với cà chua

thành phần

- 4 cái chân gà
- 50 g thịt xông khói hun khói (để nhai)
- muối
- hạt tiêu
- 100 g Thea
- 1 củ hành tây (băm nhỏ)
- 100 g Zeller (bào nhỏ)
- 3 quả cà chua
- 1 muỗng canh bột mì (mịn)
- 1/2 bó rau mùi tây (thái nhỏ)

sự chuẩn bị

1. Đối với món đùi gà với cà chua, hãy phết mỡ lợn lên đùi gà cùng với thịt xông khói, nêm muối và hạt tiêu rồi chiên trong chảo THEA nóng.
2. Thêm hành tây và hầm và chiên sơ qua. Hấp cà chua trong một ít nước muối, lọc và thêm vào chân gà. Hầm ở nhiệt độ thấp trong 35 phút, cho đến khi thịt mềm.
3. Rắc bột lên nước thịt, đun sôi lại và dọn đùi gà lên ăn kèm với cà chua rắc chút mùi tây.

95. Thịt gà phi lê sốt thơm

thành phần

- 200 g đậu phụ (cứng: khối nhỏ)
- Dầu (để chiên)
- 15 g nấm hương (khô)
- 200 ml nước dùng rau
- 6 muỗng canh cà chua (đã lọc)
- 4 muỗng canh rượu sherry vừa
- 3 muỗng canh nước tương
- 1 thìa gừng (tươi, thái nhỏ)
- 1 thìa mật ong
- Bột ớt
- 2 thìa dầu ăn
- 1 tép tỏi (băm nhỏ)

- 200 g ức gà (thái mỏng)
- muối
- 1 thìa bột ngô
- 3 muỗng canh nước (lạnh)
- 1 củ cà rốt (cây bút chì nhỏ)
- 80 g giá đỗ
- 2 cây hành lá (thái sợi nhỏ)

sự chuẩn bị

1. Thấm khô đậu phụ và chiên trong dầu cho đến khi vàng nâu. Để loại bỏ mỡ thừa, hãy cho đậu phụ vào nước nóng trong chốc lát, để ráo và thấm khô. Rửa sạch nấm khô, đổ nước sôi lên trên và để nở trong 1 giờ. Vớt ra, để ráo và cắt nấm thành lát mỏng. Đối với nước sốt thơm, trộn nước dùng rau, nước sốt cà chua, rượu sherry vừa, nước tương, gừng, mật ong và một nhúm ớt. Đun nóng 1 thìa canh dầu trong chảo hoặc chảo chống dính. Xào tỏi và thịt gà trong một lúc, khuấy đều và rắc một ít muối. Trộn nấm vào. Trộn nước sốt thơm và đậu phụ vào. Đun nhỏ lửa tất cả mọi thứ trong 10 phút. Trộn bột ngô với 3 thìa canh nước lạnh cho đến khi mịn, khuấy đều và đun nhỏ lửa trong một lúc cho đến khi nước sốt đặc lại. Đun nóng 1 thìa canh dầu trong chảo

tráng hoặc chảo vào gần cuối thời gian nấu. Xào cà rốt trong một lúc trong khi khuấy, rắc một ít muối. Trộn giá đỗ và hành lá vào và xào nhanh trong khi khuấy. Trộn cà rốt, giá đỗ và hành lá với đậu phụ và thịt gà trong nước sốt thơm.

96. Mì soba với thịt gà

thành phần

- 250 g mì soba (mì Nhật Bản)
- 1 thìa nước ép gừng (tươi)
- 200 g ức gà
- 140 g hành lá
- 2 muỗng canh dầu đậu phộng
- 400 ml Ichiban Dashi (súp cơ bản)
- 140 ml nước tương (địa ngục)
- 1 muỗng canh mirin
- 2 muỗng canh rong biển nori
- 2 muỗng canh Katsuo-Bushi (vảy cá ngừ khô)
- 1 muỗng canh vừng (rang)

sự chuẩn bị

1. Đối với mì soba với thịt gà, trước tiên hãy nấu mì trong nước muối cho đến khi chín tới, sau đó vớt ra và rửa sạch bằng nước nóng. Vớt ra. Sử dụng chúng càng sớm càng tốt, nếu không chúng sẽ nở ra và mất đi độ dai.
2. Cắt thịt gà thành từng dải dày bằng ngón tay và rưới nước gừng lên. Cho hành tây thái nhỏ vào dầu nóng. Làm phồng dashi với mirin và nước tương. Khuấy đều mì ống đã ráo nước.
3. Chia đều mì vào bát, phủ hỗn hợp thịt và hành tây, rắc rong biển thái nhỏ, cá ngừ bào và hạt vừng. Đem mì soba với thịt gà ra bàn.

97. Mì soba

thành phần

- 250 g mì soba (mì kiều mạch Nhật Bản)
- 140 g hành lá
- 400 ml Ichiban Dashi (súp, kiểu Nhật)
- 1 thìa nước ép gừng (tươi)
- 200 g thịt gà (ức)
- 2 muỗng canh Katsuo-Bushi (vảy cá ngừ khô)
- 1 muỗng canh vừng (rang)
- 2 muỗng canh dầu đậu phộng
- 1 muỗng canh mirin
- 2 muỗng canh rong biển nori
- 140 ml nước tương (địa ngục)

sự chuẩn bị

1. Đối với mì soba, luộc mì trong nước muối cho đến khi chín tới, lọc và rửa sạch bằng nước nóng. Để ráo.
2. Cắt thịt gà thành từng dải nhỏ dày bằng ngón tay và rưới nước gừng lên. Chiên hành tây thái nhỏ và thịt gà trong dầu nóng.
3. Đun sôi dashi với nước tương và mirin. Cho mì spaghetti đã ráo nước vào khuấy đều.
4. Phục vụ mì soba cùng với thịt gà, rong biển thái nhỏ, vừng và cá ngừ bào.

98. Thịt ức vịt xào

thành phần

- 2 miếng thịt ức vịt
- 3 củ hẹ (có thể nhiều hơn)
- 1 củ gừng, khoảng 5 cm
- 1 quả cam (chưa qua xử lý)
- 1 cây hành lá
- 1 quả ớt đỏ, nhẹ
- 2 muỗng canh dầu mè
- 2 muỗng canh dầu thực vật
- 1 nhúm quế
- 75 ml súp gà
- 1 muỗng canh mật ong

- 2 muỗng canh rượu sake (rượu gạo Nhật Bản) (có thể nhiều hơn)
- 2 muỗng canh nước tương
- Hạt tiêu (xay tươi)

sự chuẩn bị

1. Rửa sạch và lau khô phi lê ức vịt rồi cắt chéo thành từng lát dày 1 cm.
2. Lột vỏ hành tím và thái hạt lựu. Gọt vỏ và nạo gừng.
3. Rửa sạch cam, lột vỏ hoặc lột vỏ và vắt lấy nước. Cắt phần trắng và xanh nhạt của hành lá thành những khoanh rất hẹp. Cắt đôi và bỏ lõi ớt rồi cắt thành những dải mỏng.
4. Đun nóng chảo rán hoặc nếu cần, chảo wok, cho dầu vào và đun thật nóng. Chiên các miếng vịt trong ba đến bốn phút trong khi khuấy. Thêm hành tím và gừng và nướng thêm hai phút nữa.
5. Đổ nước cam, quế, vỏ cam, rượu sake, súp gà, mật ong, nước tương và ớt vào và nấu ở nhiệt độ cao trong khi vẫn khuấy. Nêm đều nước tương và hạt tiêu xay tươi.
6. Đổ cơm hạt dài ra đĩa và mang ức vịt rắc hành lá ra bàn.
7. Gạo Basmati rất hợp với món này.

99. Salad ức gà và măng tây xanh

thành phần

- 2 miếng ức gà
- 3 muỗng canh nước tương
- 3 muỗng canh rượu sake (rượu gạo) hoặc rượu sherry
- 250 ml súp gà
- 200 g măng tây
- muối
- 2 quả trứng
- 1 muỗng canh dầu mè
- 3 muỗng canh dầu đậu phộng
- Lá rau diếp
- 1 thìa cà phê miso nhạt (tương đậu)

- 0,5 thìa cà phê wasabi (bột cải ngựa cay)
- 1 thìa giấm gạo
- đường

sự chuẩn bị

1. Xát đều một thìa nước tương và rượu sake lên thịt rồi ướp trong nửa giờ.
2. Đổ vào nồi súp trong đang sôi và luộc nhẹ trong năm đến tám phút ở nhiệt độ thấp. Để nguội trong nước sốt.
3. Cắt măng tây đã lột vỏ theo góc thành từng đoạn dài năm cm. Nấu trong nước muối khoảng năm phút cho đến khi giòn, chỉ nấu phần đầu trong hai phút.
4. Trộn trứng với một thìa nước tương, rượu sake và dầu mè. Trong chảo phủ dầu đậu phộng, nướng trứng ốp la gần như trong suốt ở nhiệt độ thấp. Xếp xen kẽ các lớp này với lá rau diếp và cuộn lại, cắt chéo thành các dải mỏng.
5. Trộn hai thìa dầu đậu phộng, một thìa nước tương, một thìa bột wasabi, miso, rượu sake và một vài giọt súp trong vào một loại giấm kem. Nêm giấm và đường.

6. Cắt thịt gà thành từng lát nhỏ, trộn với măng tây và trứng ốp la, dùng kèm với nước sốt giấm và thưởng thức.

100. Thịt nướng

thành phần

- 8 muỗng canh nước tương, Nhật Bản
- 8 muỗng canh mirin
- 2 lát gừng, nạo
- Xiên đe
- 400 g thịt gà

sự chuẩn bị

1. 2 lát gừng, nạo, ép
2. Thịt gà được rửa sạch, lau khô và cắt thành những khối vuông nhỏ (khoảng 2 cm chiều dài cạnh). Một loại nước ướp được làm từ nước tương, mirin (một loại rượu gạo ngọt) và nước

gừng, trong đó thịt được để yên trong khoảng nửa giờ.

PHẦN KẾT LUẬN

Công thức nấu ăn của Nhật Bản cung cấp nhiều lựa chọn tuyệt vời cho cả món chay và mặn, và bạn chắc chắn nên thử món ăn tinh tế này ít nhất một lần trong đời.